अहो, गुलाब पुष्प हो,
आपण खरं तर आजारी आहात;
गळा काढून भेसूर रडणाऱ्या
त्या वादळी रात्री....
उडत आलेल्या अदृश्य कीटकानं
किरमिजी आनंदानं भरलेल्या
आपल्या शय्येमध्ये निवारा शोधला
आणि त्याच्या गुप्त, विषारी प्रेमानं
आपलं आयुष्यच उद्ध्वस्त करून टाकलं

– विल्यम ब्लेक

आपण बागेत गेलं पाहिजे,
आपण तिथं फेरफटका मारला पाहिजे;
आपण ताज्या गुलाबाचा,
सुगंधही घेतला पाहिजे;
अशा गुलाबाचा;
जो कधीच कोमेजत नाही.

– युनूस एम्री

आपल्या स्नेहीजनांना पुस्तके भेट द्या

भिकाऱ्याच्या भविष्यवाणीनं डायनाची उत्सुकता वाढवली
आणि सुरू झाला तिच्या जुळ्या बहिणीच्या शोधाचा अद्‌भुत प्रवास!

द मिसिंग रोझ

लेखक

सेरदार ओस्कान

अनुवाद

श्रीकांत परांजपे

मेहता पब्लिशिंग हाऊस

✆ +91 020-24476924 / 24460313 / Mob. No. 9545000513
Email : production@mehtapublishinghouse.com
Website : www.mehtapublishinghouse.com

The Missing Rose by Serdar Özkan

Translated into Marathi language by Shrikant Paranjape

द मिसिंग रोझ / अनुवादित कादंबरी

अनुवाद : श्रीकांत परांजपे

मराठी अनुवादाचे व प्रकाशनाचे हक्क मेहता पब्लिशिंग हाऊस, पुणे ३०

प्रकाशक : सुनील अनिल मेहता, मेहता पब्लिशिंग हाऊस,
१९४१ सदाशिव पेठ, माडीवाले कॉलनी, पुणे – ४११ ०३०

मुद्रक : ट्रिनिटी ॲकॅडमी फॉर कॉर्पोरेट ट्रेनिंग लिमिटेड

मुखपृष्ठ : चंद्रमोहन कुलकर्णी

प्रकाशनकाल : जानेवारी, २०११ / पुनर्मुद्रण : मार्च, २०२०

किंमत : ₹ २२०

P Book ISBN 9788184981872
E Book ISBN 9789353174378
E Books available on : amazonkindle Apple Books Google Play Books

---

भाग १

१

'दोन्ही एकच आहेत....

फक्त एक... अर्थातच... नक्की फक्त एकच बाटली आहे....

...नाही. पण नाही तसं नाहीये... मग दोन बाटल्या... आल्या? ...कुठून?

...मग कदाचित ...कदाचित, मला दोन दिसत असतील, पण खरं म्हणजे एकच बाटली असेल....

नाही-नाही, मला अजिबात चढली नाहीये... मग मला दोन कशा दिसतील?... खरं म्हणजे बाटल्याच दोन असणार.

...हो, हो, दोन बाटल्या आहेत... दोन कशा असतील? आणि का असतील?... अरेच्या, दोन्ही अगदी सारख्याच दिसतात... त्यांचा आकार, रूप, रंग अगदी एकसारखे आहेत!... अगदी त्या बनवल्याची तारीखदेखील एकच आहे!

बरोब्बर, त्या दोघी जुळ्या बाटल्या असणार!

पण हे शक्य आहे का? अचानक एकीच्या दोन बाटल्या कशा बनतील?...छे, कसं शक्य आहे हे?'

सॅन फ्रान्सिस्को खाडीजवळच्या टेकडीवर वसलेल्या शहरातल्या एका सुंदर आणि भव्य प्रासादामध्ये गेला महिनाभर जवळजवळ रोज रात्री घडणारा प्रसंग आत्ता परत घडत होता. खायला उठलेल्या घरातल्या भव्य दिवाणखान्याच्या कोपऱ्यात वाइनमध्ये बुडालेली डायना स्वत:लाच पुन्हा पुन्हा विचारत होती – हा असा अचानक हादरा का बसावा माझ्या आयुष्याला?

तिने दिवसभर मनामध्ये जे दाबून टाकलं होतं, ते सारं रोजच्याप्रमाणे आज रात्रीदेखील मणामणांचं ओझं होऊन तिच्यावर आदळलं होतं. रोज रात्रीप्रमाणे आजही तिचं शरीर अगदी बधीर झालं होतं. तिचे तपकिरी केस पार अस्ताव्यस्त झाले होते आणि तिचे हिरवे डोळे लालबुंद झाले होते.

इतर रात्रींपेक्षा आजच्या रात्रीत एकच फरक होता. आज रात्री ती दोन्ही पत्रं जाळून टाकण्यासाठी तिने आग पेटवली होती. मे महिन्यातल्या त्या उकाड्याच्या रात्रीतल्या ज्वाळांच्या सावल्या डायनाच्या तोंडावर हेलकावत होत्या आणि त्यामुळे तिच्या मनातला क्षोभ जणूकाही तिच्या चेहऱ्यावर प्रकटल्यासारखा दिसत होता.

तिने पेल्यातल्या वाइनचा शेवटचा घोट घेऊन पेला जमिनीवर टाकला आणि दुसरी बाटली उचलण्याअगोदर क्षणभर त्या संपलेल्या बाटलीकडे नजर टाकली.

''तुला माहिती आहे?'' बाटलीला उद्देशून ती म्हणाली, ''तू अगदी माझ्यासारखीच आहेस. संपलेली असूनही निर्लज्जपणे उभी आहेस.'' मग ती उपहासाने हसून म्हणाली, ''खरं आहे, नाहीतरी आपण दिव्य देवता आहोत ना! आपल्याला कोण पाडू शकतो?''

मग ती दुसऱ्या बाटलीकडे वळली अन् म्हणाली, ''आणि तू गं? तू तर आईची लाडकी! आई म्हणते,'' आपण दोघी जुळ्या बहिणी आहोत. ''पण माझ्यालेखी तू कोणीच नाहीस. फक्त एक भ्रामक कल्पना आहेस!''

सोफ्याच्या उशांमधून डायनाने स्वत:ला बाहेर काढलं नि ती कॉफी-टेबलकडे झुकली. पण दुसरी बाटली उचलण्याऐवजी तिने शेजारी पडलेलं आईचं पत्र उचललं. त्या पत्रामुळेच तर काही क्षणांत एकीच्या दोन बाटल्या झाल्या होत्या!

जाण्याच्या एक महिना अगोदर आईने ते पत्र तिला दिलं होतं. ती गेल्यानंतरच डायनाने ते वाचावं असं आई तिला म्हणाली होती, ''सोन्या, ही माझी शेवटची इच्छा आहे आणि ती तू पुरी करशील असं मला वचन दे.''

''कोणती इच्छा आई?'' डायनाने आईला विचारलं होतं, पण आईने तिला लगेच उत्तर दिलं नव्हतं. त्याऐवजी तिचे गडद निळे डोळे डायनावर रोखून ती मुलीच्या वचनाची प्रतीक्षा करत राहिली होती. सरतेशेवटी आईच्या डोळ्यातली आर्तता सहन न होऊन डायनाने तिला शब्द दिला होता.

डायनाने दिलेलं वचन ऐकून आईचे डोळे पूर्ववत चमकू लागले. क्षणभर तिचा निस्तेज चेहरा त्यामुळे उजळलादेखील होता. तिने डायनाचा हात आपल्या हातात घेत म्हटलं होतं, ''माझा तुझ्यावर पूर्ण विश्वास आहे. तिचा नीट सांभाळ कर. नीट सांभाळ तिला. ती अद्वितीय आहे!''

''ती? ती कोण? तू कोणाबद्दल बोलतेस आई?'' खाली वाकत डायनाने आईला विचारलं होतं. पण दुसऱ्या दिवशी आई जाईपर्यंत तिला तिच्या प्रश्नाचं उत्तर मिळालं नव्हतं.

डायनाने जेव्हा पत्र उघडून वाचलं तेव्हा पायाखालची जमीन सरकल्यासारखं तिला वाटलं होतं. तिने ते पत्र परत परत वाचलं आणि हळूहळू आपलं त्राण निघून

जातंय असं तिला वाटायला लागलं.

त्या क्षणापासून आत्तापर्यंत फारसा बदल झालेला नव्हता. आईचं पत्र आगीत टाकण्यापूर्वी तिने परत एकदा ते शेवटचं वाचलं.

एप्रिल १

माझ्या लाडक्या डायनास,

बेटा, तू एव्हाना सावरली असशील अशी आशा करते. स्वत:ला जपत जा. तू मला दुरावलीस, असं कधीच वाटून घेऊ नकोस. मला माहीत आहे की, ते सोपं नाहीये, पण तसा प्रयत्न कर.

तू कशी आहेस ते अधूनमधून मला सांगायला विसरू नकोस. तुझ्या डायरीत माझ्यासाठी एखाद-दोन ओळी लिहीत जा. मला सांगत राहा नेहमीसारखं सगळं. मला गोष्टी लिहून पाठव....

तुझा पदवीदान समारंभ ठरल्याबरोबर मला कळव. आणि तुझं संध्याकाळचं फिरणं सोडू नकोस. वर्गांना वेळेवर जात जा. तुझ्या नोकरीच्या अर्जाबद्दल काही बातमी कळली का? आणि हो, सर्वात महत्त्वाचं म्हणजे पूर्वी लिहायचीस तशा छान छान गोष्टी लिहायला तू सुरुवात केलीस की मला कळव. काय सांगावं, सरतेशेवटी लेखक व्हायचं ठरवल्याची सुखद बातमीदेखील कदाचित लवकरच तू मला देशील. बाळा, तुझं सर्वात आवडतं स्वप्न पूर्ण करण्यापासून खरोखर तुला कोणी अडवलं आहे का? पण अर्थातच नेहमीप्रमाणे तो निर्णय फक्त तुझाच असेल! तू सुखी राहावंस एवढंच मला हवंय.

तुझ्या सुखाबद्दल बोलले पण डायना, ह्या पत्रात मी तुला आता जे सांगणार आहे त्याने कदाचित तुझी थोडी निराशा होईल. मी हे मुद्दाम करते आहे, असं मात्र समजू नकोस. मलातरी दुसरा पर्याय दिसत नाहीय... मला क्षमा करशील ना?

खरं पाहिलं, तर मला जे सांगायचं आहे ते मी तुला समक्ष सांगायला हवं. पण घाईघाईत खरडलेल्या माझ्या अक्षरावरून तुझ्या लक्षात येईलच की, तुला सामोरी येऊन तपशीलवार सांगायची हिम्मत माझ्यात नाही. आता ईश्वरापाशी फक्त एवढंच मागणं आहे की, हे पत्र पुरं करायला त्याने मला मदत करावी.

कुठून सुरुवात करावी ते कळेनासं झालंय. आणि कळलं, तरी धीर होत नाही. कारण सुरुवात करायच्या अगोदर मला २४ वर्षं मागं जावं लागेल... त्या वेळेस तू एका वर्षाची होतीस फक्त. तेव्हा तू वडलांना शेवटचं पाहिलंस!

सोन्या, खरं म्हणजे तुझे वडील तेव्हा वारले नव्हते. त्यांनी आपल्या दोघींचा त्याग केला होता आणि जाताना तुझ्या जुळ्या बहिणीला – मेरीला – ते स्वत:बरोबर घेऊन गेले होते.

'वडलांनी टाकलेली मुलगी' म्हणून तुला माझ्यासारखं दु:ख सोसावं लागू नये म्हणून ''ते वारले आहेत'' असाच मी तुझा आत्तापर्यंत समज करून दिला. आपण न्यूयॉर्कमध्ये असताना, वडलांचं थडगं समजून तू दर महिन्याला तिथं जायचीस. तो थडग्यावरचा दगड मीच लावून घेतला होता. कसंही असलं, तरी ते आपल्या दोघींसाठी हयात नव्हते, हेच खरं आहे.

आपण सॅन फ्रान्सिस्कोला आलो तेव्हा जणूकाही आपण आपला भूतकाळच मागे सोडून आलो होतो. तुझे वडील हयात नाहीत असंच मी इकडे सर्वांना सांगितलेलं आहे. मेरीबद्दलही काही वाच्यता केली नाही. मला माहीत होतं की, आपल्यापासून दूर नेल्यावर तुझे वडील तिला कधीच आपल्याला भेटू देणार नाहीत. मेरीलादेखील त्यांनी माझ्यासारखीच थाप मारली असणार – आपल्या दोघींबद्दल!

तुला मी हे इतक्या वर्षांनंतर का सांगतेय, असं तुला नक्कीच वाटणार. तेच तुला मी समजावून सांगते सांगण्याचा प्रयत्न करतेय.

एक-दीड महिन्यापूर्वी आमच्या एका मित्राने तुझ्या वडलांना माझ्या आजाराबद्दल कळवलं आणि स्वत:ला अपराधी वाटू नये म्हणून त्यांनी माझा पत्ता मेरीला कळवला; पण मला खात्री आहे की, त्यांनी मेरीला तुझ्याबद्दल किंवा माझ्या आजाराबद्दल मात्र नक्कीच सांगितलं नसावं.

त्यानंतर दर आठवड्याला मला मेरीकडून एक पत्र यायला लागलं. एकूण तिची चार पत्रं आली, पण त्यावर तिच्या पत्त्याचा उल्लेख नव्हता. मला भेटण्यासाठी ती अगदीच कासावीस झाली गं! एका आठवड्यापूर्वी मला तिच्याकडून ही चिठ्ठी मिळाली.

''आई, मला आता तुझ्यापासून दूर राहणं सहन होत नाही. तुझी भेट झाली नाही तर जगण्यात तरी काय अर्थ आहे? आई गं, हे जीवन संपवून टाकावं असं मी ठरवलंय – मेरी – मार्च २३''

मेरी एक आनंदी मुलगी असावी, असं तिच्या पत्रांतून मला कायमच वाटत आलंय. त्यामुळे ती अशा तऱ्हेचा विचार करेल, यावर माझा अजिबात विश्वास बसला नाही. पण माझा पत्ता तिला माहीत असूनही ती मला भेटायला आली नाही, याचं मला आश्चर्य वाटतं.

जणूकाही ती चिठ्ठी पुरेशी नव्हती म्हणून की काय काल तुझ्या वडलांचा फोन आला होता. गेल्या २४ वर्षांत प्रथमच ते माझ्याशी बोलत होते. त्यांना मेरीबद्दल

काही विचारायचं असावं, हे त्यांच्या आवाजावरून मी लगेचच ओळखलं. त्याप्रमाणे त्यांनी लगेचच विचारलं, "मेरी कुठे आहे ते माहीत आहे का?" आणि त्यानंतर ते म्हणाले की, निर्वाणीचं एक पत्र ठेवून मेरी दोन आठवड्यांपासून बेपत्ता झाली आहे. ते पत्र ह्या पत्रासोबत जोडलं आहे. आमचं बोलणं झाल्यावर कालच तुझ्या वडलांनी ते फॅक्स करून पाठवलं. त्यांनी मला असंही सांगितलं की, तिच्या मित्रांना ते भेटले होते. त्यांनी सर्व ठिकाणी चौकशीही केली, पण ती कुठे असेल याचा त्यांना काहीच सुगावा लागला नाही.

डायना, माझ्याजवळ फारच थोडा वेळ उरला आहे. त्यामुळे मी स्वत: काहीच करू शकत नाही. आता मी फक्त तुझ्यावरच विसंबून राहू शकते. तेव्हा तूच आता तुझ्या जुळ्या बहिणीचा शोध घे आणि तिचा नीट सांभाळ कर. तुला असं सांगण्यावाचून मला दुसरं काही गत्यंतरच उरलं नाहीये.

तुझ्या दु:खात या जादा जबाबदारीचं ओझं मी तुझ्या डोक्यावर ठेवते आहे, याचं मलाही वाईट वाटतंय गं, पण त्यापेक्षाही मला एका गोष्टीचं अतिशय दु:ख होतंय की, ज्या मुलीने आईला भेटण्याची जन्मभर आशा ठेवली तिला न भेटताच मला जावं लागतंय....

मला खात्री आहे की, माझी ही अंतिम इच्छा पूर्ण करण्यासाठी तू सारे प्रयत्न नक्की करशील. तरीसुद्धा मेरीला शोधून काढणं इतकं सोपं नाही याची मला जाणीव आहे. ती कुठे असेल याचा काहीच थांगपत्ता आपल्याजवळ नाही. मात्र तिने तिच्या पत्रांमध्ये स्वत:च्या कल्पनेने तयार केलेल्या एका अद्भुत विश्वाचा एक दरवाजा माझ्यासाठी अर्धवट उघडा ठेवला आहे. तो एकच आशेचा किरण मला दिसतोय! परीकथांमधलं जग कसं कल्पित आणि गूढ असतं, तसंच काहीसं जग तिने स्वत:भोवती निर्माण केलं होतं. त्याबद्दल तिने वडलांजवळ किंवा अगदी जिवलग मित्रांजवळही उल्लेख केलेला नसेल, अशी माझी खात्री आहे. आणि त्यामुळेच वाटतं की, दुसऱ्यांपेक्षा आपणच तिला शोधून काढण्याची जास्त शक्यता आहे.

मला वाटतं की मेरीच्या त्या जगात प्रवेश करून तू तिच्या पाऊलखुणांवर चालावंस. कारण तिच्या जुळ्या बहिणीपेक्षा दुसरं कोण हे काम करू शकेल?

मेरीने तिच्या पत्रात तीन शब्द लिहिले होते – 'झेनेप', 'सॉक्रेटिस' आणि आणखी एका राजवाड्याचं नाव... आपल्याजवळ एवढीच माहिती आहे. मला कल्पना आहे की, तिचा शोध घ्यायला केवळ हे तीन शब्द तुला पुरेसे पडणार नाहीत. पण दुर्दैवाने आपल्याकडे फक्त एवढाच पुरावा आहे.

मेरीची पत्रं मी नक्षीदार पेटीत ठेवली आहेत आणि त्याची किल्ली तुला माझ्या दागिन्यांच्या पेटीत सापडेल.

मला खात्री वाटते की, तू मेरीला लवकरच शोधून काढशील आणि तुमची पक्की गट्टी होईल! माझ्या पोटात असताना तुमची होती तशीच!

आणि तसं झालं की लगेच मला कळव.

सोनू, ही काही एकमेकांचा निरोप घ्यायची वेळ नाही. तशी वेळ येऊच नये. कारण मी कायम तुझ्याजवळच आहे, हे तुझ्या नेहमी लक्षात असू दे.

तुझी,
तुझीच आई

२

मेरीने तिच्या वडलांना जे निर्वाणीचं पत्र लिहिलं होतं, ते आता डायनाने उघडलं. ते जाळून टाकण्याची वेळ आता आली होती!

मार्च १७

प्रिय बाबा,

आज मला घर सोडायला लागतंय.

'हे काय?' असं म्हणून तुम्ही बुचकळ्यात पडला असाल.

आज कित्येक वर्षांनंतर मी सेंट एक्झुपेरीचं 'द लिटल प्रिन्स' वाचलं. आज मला ते पुस्तक संपूर्णपणे बदलल्यासारखं वाटतंय! आणि तुम्हाला ठाऊके अजूनही माझं सर्वात आवडतं पात्र गुलाबच आहे आणि अर्थातच कोल्हादेखील! कारण गुलाबाला कसं जपायचं ते छोट्या राजपुत्राला तोच शिकवतो ना!

शेवटी 'गुलाबाला जपणं' म्हणजे काय याचा मला वाटतं, मलाही उलगडा होतोय आणि म्हणूनच मी घर सोडतेय.

पुस्तकाच्या अखेरीस, एक्झुपेरी आपल्याला बजावतो की, 'बकरीने गुलाब खाल्ला की नाही' ते स्वत:लाच विचारून पाहा. तो म्हणतो की, या प्रश्नाचं उत्तरच सर्वकाही बदलून टाकतं.

म्हणून मी स्वत:ला असाच एक प्रश्न विचारतेय,

'माझा गुलाब कुणीतरी चोरला की काय? की तसं नाहीये?'

एक्झुपेरी अगदी बरोबर होता. ह्या प्रश्नाचं उत्तर खरंच सर्वकाही बदलून टाकतं. पण हे कसं काय, ते मोठ्या लोकांना कळणार नाही, हे मला माहीत आहे.

मी आता घर सोडत्येय, कारण माझ्या प्रश्नाला माझं उत्तर 'हो' असं आहे!

आणि म्हणून मी फक्त माझा गुलाब परत मिळवायला जाते आहे.

डायना परत बाटल्यांकडे वळली आणि म्हणाली, "मला सांगा गं... आणि... याचा अर्थ तरी काय आहे? हे सर्व विचित्रच वाटतं, नाही का? की पत्र वाचल्यावर सर्व मजकूर लगेच विसरून जायचा? एका क्षुल्लक गुलाबासाठी स्वत:ला हरवून टाकायचं? हे काय चाललंय? 'गुलाब परत मिळवायचाय'... 'गुलाबाला जपायचंय...

"नाही मुळीच नाही; त्या गोष्टीतला 'गुलाब' कशाचं प्रतीक आहे, हे जाणून घेण्यात मला अजिबात रस नाही किंवा त्या मुलीला त्यामध्ये काय रस आहे तेही मला शोधायचं नाही.

"कोण एक मुलगी, जिला मी पाहिलंदेखील नाही, ती आपलं घर सोडते आणि नंतर तिला आत्महत्या करावीशी वाटते, याच्याशी माझा काय संबंध?... एवढं जरी मला कळलं तरी खूप झालं."

नंतर ती एकदम गप्प झाली. काही वेळापूर्वी रिकाम्या केलेल्या बाटल्यांपाशीच ती आता मदतीचा हात मागत होती, त्यामुळे तिला स्वत:चाच खूप राग आला. पण दुसरं होतं कोण तिथे? त्या बाटल्यांशिवाय? दुसरं कोण ऐकणार होतं तिचं दु:ख?

"खरंच, आईचे शब्द अगदी बरोबर होते!" डायना पुटपुटली. "ती म्हणाली होती की, मेरी 'अद्वितीय' आहे. हो, हो, ती नक्कीच अद्वितीय आहे. ज्या तऱ्हेने तिने आईला माझ्यापासून हिरावून घेतलं, त्यावरून दिसतंच की ती अद्वितीय आहे."

क्षणभर शांत झाल्यावर, डायनाने मेरीचं पत्र हातातच चुरगाळलं आणि मग ते आगीत भिरकावून दिलं. "आई, मला क्षमा कर" ती पुटपुटली. त्या पत्राची हळूहळू राख होईपर्यंत त्याच्याकडे निर्विकार चेहऱ्याने पाहत राहिली.

३

दरवाजावरच्या बेलचा आवाज मंजुळ असूनही, ती वाजल्यावर डायना दचकून जागी झाली आणि तो आवाज तिच्या दुखऱ्या डोक्यात सुरीसारखा घुसला.

"मिसेस लोपेझ, मिसेस लोपेझ, प्लीज दाराशी कोण आलंय बघा." डायना सवयीप्रमाणे म्हणाली. पण काहीच उत्तर आलं नाही, तेव्हा त्या दिवशी त्यांची सुट्टी असल्याचं तिच्या लक्षात आलं. सोफ्याला घट्ट धरत ती कशीबशी उभी राहिली आणि अंगात त्राण नसतानासुद्धा दरवाजाशी गेली.

दरवाजाच्या पीपहोलमधून तिनं पाहिलं, तेव्हा तिला गॅब्रिएल (कुरियरमॅन) दिसला आणि ती जास्तच वैतागली. कारण तो नेहमी तिला रंगीबेरंगी पुडकी किंवा फुलं वगैरे भेटी आणून पोहोचवायचा.

तिनं दार उघडलं तेव्हा नाकापर्यंत पोहोचणारं एक उंचसं पार्सल घेऊन गॅब्रिएल उभा होता. त्याचा तपकिरी चेहरा, तपकिरी पेहराव आणि तपकिरी हॅट, त्या तपकिरी पार्सलला एकदम शोभून दिसत होती.

"गुड डे मिस!" गॅब्रिएल म्हणाला, "सॅन फ्रान्सिस्कोमधल्या महासुंदरीसाठी मी आणखी एका वस्तूची भेट आणली आहे! त्या इथेच राहतात ना?"

"गॅब्रिएल, ही वेळ पार्सल वाटप करण्यासाठी जरा लवकरचीच आहे ना?"

"ओहो! म्हणजे पत्ता बरोबर आहे, फक्त वेळ चुकीची आहे!"

"किती वाजले?"

"दुपार होऊन गेलीये."

"खरंच? इतका उशीर झाला की काय?"

डायनाने ते पॅकेट घेऊन डिलिव्हरीबुकमध्ये अशी सही खरडली की, नंतर तिची तिलाच ती ओळखता आली नसती. "तुमचे चाहते तुम्हाला पुन्हा भेटवेपर्यंत

बाय! काळजी घ्या.'' हे नेहमीचं वाक्य गॅब्रिएलने उच्चारायच्या अगोदरच डायनाने दार बंद केलं.

छानपैकी गुंडाळलेल्या भेटवस्तू मिळाल्या की, तिचा तो दिवस नेहमीच मजेत जायचा, पण ह्या वेळेस मात्र काय भेटवस्तू आहे आणि ती कुणी पाठवली आहे ते जाणून घ्यायची तिची अजिबात इच्छा नव्हती. ते पुडकं तिनं जमिनीवर ठेवलं आणि ती परत सोफ्याकडे निघाली.

हॉलमधल्या आरशाजवळून जाताना तिला तिच्या शर्टवरचे वाइनचे डाग दिसले, तशी तिला परत आई आठवली. अशी आईची आठवण तिला हल्ली वारंवार येत असे. एखादी क्षुल्लक किंवा काही संबंध नसलेली गोष्टदेखील तिला आईबरोबर घालवलेल्या काळात घेऊन जायला पुरेशी व्हायची. एखादा रंग, वास, शब्द आणि आज – डागाळलेला शर्ट! तो विकत घेतला तो दिवस आणि आईबरोबरचं तेव्हाचं संभाषणदेखील सर्व कालच घडल्यासारखं तिच्यासमोर उभं राहिलं.

डायनासाठी तो फक्त नेहमीसारखा एक शॉपिंगचा दिवस होता. 'नवीन शर्ट घ्यायची मला खरंच जरूर आहे का?' यावर तिने स्वत:शीच वादविवाद केला होता आणि त्या दिवशी पुरेशी खरेदी झाल्याचं तिने स्वत:ला समजावलंदेखील होतं; पण शेवटी तिने आणखी एक पिवळा शर्ट विकत घेतलाच!

तिने आईला तो शर्ट दाखवताना ९०० डॉलरचा प्राइस-टॅग लपवायचा बिलकूल प्रयत्न केला नाही.

किमतीवर नजर गेल्यावर आईने तिला विचारलं, ''बेटा, कालच्या पेपरमध्ये तू पॅरिस लिलावाबद्दल वाचलंस की नाही?''

''नाही गं आई. का?''

''डेस्कार्टेसचा एक कुरता १,२५,००० डॉलर्सना विकला गेला.''

''खरंच? बरं झालं आपण तिथे नव्हतो ते! कारण तू तो कुरता घेतला नसतास आणि मला आपली हळहळ वाटत राहिली असती. जाऊ दे. माझा शर्ट डेस्कार्टेसच्या कुरत्यापेक्षा किती छान आहे बघ! आहे की नाही?''

''हो डायना, तुझा शर्ट तर १,२५,००० डॉलरपेक्षाही महाग वाटतोय!''

''अस्सं? ठीक आहे. मला कळतंय तुला काय म्हणायचंय ते. ह्या शर्टाची ९०० डॉलर्स ही किंमत काही जास्त नाही. असंच ना आई?''

आईच्या मनात काय चाललं होतं ते डायना पूर्णपणे जाणून होती आणि म्हणूनच आपल्या लाडिक बोलण्याने ती पुढची चर्चा टाळायला पाहत होती. म्हणजे इतर कपड्यांबरोबर तो शर्टही पटकन कपाटात टांगता आला असता.

''तुझी एक गोष्ट मात्र मला पटली. तुझा नवा शर्ट डेस्कार्टेसच्या कुरत्यापेक्षा

नक्कीच मस्त आहे. त्याचा कुरता काही रेशमाचा किंवा लोकरीचा बनला नव्हता किंवा तो 'डोन्ना कारन' किंवा 'आरमानी'च्या दुकानातला नव्हता. खरं म्हणजे एखाद्या मॉलमध्ये तो १५ डॉलरपेक्षा जास्त किमतीला पडला नसता.''

''आई, तरीदेखील त्याच्या बोलीची किंमत योग्य वाटते, कारण तो कुरता डेस्कार्टेसने वापरलेला होता.

''खरं आहे. डेस्कार्टेससारख्या असामीने कपडा वापरल्यावर त्याची किंमत वाढते, पण त्या उलट परिस्थिती असू शकते?''

''म्हणजे तुला म्हणायचंय काय?''

''उलट म्हणजे एखादा चांगला कपडा माणसाचं मोल वाढवू शकतो, असं होतं?''

डायनाने क्षणभर मान खाली घातली. तिच्या लक्षात आलं की, आई तिच्या खास शैलीने तिला असं सुचवत होती की, आपलं व्यक्तिमत्त्व वाढवण्यासाठी नुसते चांगले कपडे घालून चालत नाही. स्वत:बद्दल तशी खात्री असावी लागते.

''आई, तुला काय म्हणाचंय ते मला कळतंय; पण मी छान कपडे घालावे असं लोकांना नेहमी वाटतं. मी दिसले की, ते मला डोक्यापासून पायापर्यंत निरखून बघतात आणि मगच 'हाय' म्हणतात. तेच तेच कपडे दोन-दोन दिवस वापरले की, ते कुत्सितपणे बघतात.

''लोकांनी मला माझ्या कपड्यावरून ओळखावं हे मला आवडेल का? का लोकांच्या डोळ्यातला खोटा आदर मला आवडेल? माझ्या खास कपड्यांबद्दल त्यांची कुजबुज चालू असते – माझा 'कार्टीयर', माझा 'मासेराती', माझं हे, माझं ते! नाही गं आई, मला हे अजिबात आवडत नाही. त्याचं काय आहे, आपलं समाजातलं जे स्थान आहे, त्यामुळे प्रत्येक वेळी सर्वांना प्रत्येक बाबतीत माझ्याकडून उत्तम गोष्टींचीच अपेक्षा असते.''

''आणि त्यांच्या अपेक्षेप्रमाणे वागणं हे तुझं कर्तव्य आहे, असं तुला वाटतं, खरं ना?''

''मी काय करणार? आपण काही जंगलात राहत नाही!'' ती मजेने म्हणाली, ''आई, तुझ्या लक्षात कसं येत नाही? 'डायना स्ट्युअर्ट' आता एक महत्त्वाची असामी झाली आहे. माझ्यावर वरचेवर भेटींचा वर्षाव करणाऱ्या माझ्या चाहत्यांचा मी हिरमोड कसा करू?''

तरीदेखील पाच महिन्यांपूर्वी डॉक्टरांनी जे काही शब्द उच्चारले होते, तेव्हापासून डायनाच्या आयुष्यातल्या बऱ्याचशा गोष्टी बदलल्या होत्या!

४

आताशा डायनाला स्वयंपाकघरही फार दूर वाटत होतं. एकूण घरंच मोठं मोठं होतंय असं डायनाला वाटायला लागलं होतं. दिवाणखान्यापासून स्वयंपाकघर, तिथून झोपायची खोली, झोपायच्या खोलीपासून बाथरूम; सर्वच अंतरं तिला लांब लांब वाटत होती. तळघरातल्या पोहायच्या तलावाशी तर ती जवळजवळ महिन्याभरात गेली नव्हती किंवा वरच्या मजल्यावरच्या गच्चीत किंवा स्टुडिओतही गेली नव्हती.

शेवटी जेव्हा ती स्वयंपाकघरात पोहोचली, तेव्हा तिने ग्लासभर पाणी घेऊन ते एका घोटात संपवलं. मग ती आणखी एक ग्लासभर पाणी प्यायली. तिसऱ्या ग्लासात मात्र तिने ॲस्पिरीनच्या दोन गोळ्या घातल्या.

ती मोठ्या कष्टाने दिवाणखान्यात परतली आणि सोफ्याकडे निघाली, तेवढ्यात तिचा सेलफोन वाजला. तब्बल सात वेळा फोन वाजल्यावर अखेरीस तिने तो उचलला.

"वाढदिवसाच्या शुभेच्छा! हार्दिक अभिनंदन!'' एक तरुण फोनवर किंचाळत होता.

डायनाने सेलफोन पटकन बंद करून तो टेबलावर टाकला.

हे खरं होतं का?

खरोखरच आज तिचा वाढदिवस होता का? मग कुणीतरी दुसऱ्याने त्याची आठवण करून द्यायची वेळ आली होती की काय? कुणीतरी दुसऱ्याने?

पूर्वी वाढदिवसाच्या आधीचे दिवस मोजून ती अगोदरच मस्तपैकी प्लॅन बनवायची. तिचा वाढदिवस साजरा करणाऱ्यांची ती यादी तयार करायची.

अर्थातच त्यातलं पहिलं नाव नेहमीच आईचं असायचं. आई नसताना येणारा

हा तिचा पहिलाच वाढदिवस होता. इथून पुढे येणाऱ्या सगळ्या वाढदिवसांमधला पहिला!

चटकन तिचे डोळे पाण्याने भरले.

ती कपाटापाशी गेली आणि बऱ्याच शोधानंतर तिला तिची डायरी सापडली. जमिनीवरच बसून तिने ती उघडली आणि लिहायला सुरुवात केली –

माझ्या परमप्रिय आईस,

तू म्हणालीस की, तू सदैव माझ्याजवळ असतेस. तसं असेल, तर मला तुझा विरह का सहन करावा लागतोय? मला आत्ताच समजलं की, आज माझा वाढदिवस आहे. पण आई गं, तू कुठे आहेस?

आई, मला क्षमा कर. मी तुला ह्याअगोदर लिहू शकले नाही. कारण केवळ हेच की, तू गेल्यापासून पहिल्यांदाच मी डायरी उघडली आहे.

नाही. तुझा कबुलीजबाब ऐकून मी तुझ्यावर अजिबात रागवलेली नाहीये. कदाचित सुरुवातीला मला थोडा राग आला होता. थोडा वेळ मी अतिशय दुःखीसुद्धा झाले; पण ते सर्व फार काळ टिकलं नाही. मला माहीत आहे की, ते सत्य माझ्यापासून लपवून ठेवायला तुझ्याजवळ मोठ्ठं कारण होतं.

पण आई, मेरीला शोधायचा मी प्रयत्नच केलेला नाही. तुझ्या शेवटच्या दिवसांत तिने तुला काळजी आणि भीतीमध्ये राहायला लावलं, त्याबद्दल मी तिला कधीच माफ करणार नाही. तुला खरं वाटणार नाही, पण मी तिची पत्रंदेखील अजून वाचली नाहीयेत. कदाचित ती एव्हाना मरूनसुद्धा गेली असेल! मला क्षमा कर.

आई, सर्वात जास्त दुःख कशाचं वाटतंय माहीत आहे? तुला दिलेलं माझं वचन मी मोडलं, त्यामुळे तुझी आठवणदेखील मी अंतःकरणात जपून ठेवू शकणार नाही, असं मला वाटतं. सर्वच गोष्टी मला नेहमी तुझी आठवण करून देतात, पण त्यामुळे उलट जास्तच त्रास होतो. मला वाटतं की, शांत चित्ताने मी तुला आठवूच शकणार नाही. ती जर माझ्या आयुष्यात अचानक आली नसती, तर माझ्यावर अशी वेळच आली नसती! आणि शिवाय त्या माणसाबद्दलदेखील जाणून घ्यायची माझी अजिबात इच्छा नाही. तो आपल्या दोघींसाठी मेल्यासारखाच होता! आणि तसं वाटावं यासाठी तुझ्याजवळ कित्येक कारणं होती.

असो. आता तुझ्या प्रश्नांची उत्तरं देते. आई, आज शाळेचा शेवटचा दिवस आहे. आमच्या वर्गातल्या ग्रॅजुएट होणाऱ्या विद्यार्थ्यांमध्ये मी पहिल्या तीन क्रमांकांत नक्कीच असेन. १५ मेला संध्याकाळी ५ वाजता त्याचा समारंभ आहे. तू तिथे हजर असावीस, असं मला किती वाटत असेल, याची तुला कल्पना आहे.

खरं सांगायचं, तर मी हल्ली संध्याकाळचं फिरणं बंद केलंय. तरीसुद्धा

काळजी करू नकोस. अंगात थोडी ताकद आल्यावर फिरणं परत सुरू करीन.

हं, आता माझ्या नोकरीसाठी केलेल्या अर्जांबाबत – गेल्याच आठवड्यात शहरामधल्या दोन उत्तम वकिलांकडून मला नोकरीचं बोलावणं आलं होतं. महिना संपायच्या आधी त्यांना उत्तर हवंय. पण कुठली नोकरी घ्यायची ते मी अजून ठरवलं नाहीये.

मला माहीत आहे, तू म्हणशील की दोघांनाही नकार देऊन टाक आणि त्याऐवजी लेखक बन! आई, मी खरंच तसं करू शकले असते तर... पण आपल्या दोघींनाही माहित आहे की, मी लिहिलेल्या गोष्टी फक्त तुलाच आवडतात.

जाऊ दे. तू मला इतक्या छानछान गोष्टी ऐकवायचीस की, मीदेखील लेखक व्हायचं स्वप्न बघायला लागले होते. तुझ्या त्या छान गोष्टींमुळे माझ्या आयुष्यात रंग भरत गेले. पण आता... तू नाहीस आणि तुझ्या त्या गोष्टीसुद्धा संपल्या. आता परत तुझी गोष्ट ऐकायला मिळणार नाही. आणि चुकून मी एखादं पुस्तक लिहिलं तरी ते तुला कधीच वाचता येणार नाही! 'डायना, किती सुंदर कथा लिहिली आहेस!' असं म्हणायला तू कधीच नसणार.

माझ्याबद्दल आज एवढंच. मी एवढीच आशा करते की, माझं सर्व ठीक चाललंय हे तुला कसंतरी कळावं.''

✤ ✤ ✤

डायनाचे डोळे काही वेळ त्या डायरीवर स्थिरावले. तिची हालहवाल आईला जाणून घ्यायची असेल, असं क्षणभर तिला वाटल्यामुळे तिनं ते पान लिहून काढलं. पण हे किती विचित्र होतं! मेलेल्या माणसांना तुमची पत्रं वाचता येतात का? आणि त्यांना त्यांच्या मुलीचं व्यवस्थित चाललंय ही खुशाली तरी कशी कळणार?

तिने डायरी बंद केली आणि आईनं तिच्या वाढदिवसासाठी मुद्दाम बनवून घेतलेल्या चांदीच्या फोटोफ्रेमकडे ती गेली. आई जायच्या महिनाभर आधीची गोष्ट. चारीही कोपऱ्यांत काळे गुलाब कोरलेली ती फ्रेम डायनापुढे धरून आई म्हणाली होती, ''बेटा, तुला ही भेट आणि वाढदिवसाच्या खूप खूप शुभेच्छा!'' वाढदिवस दोन महिन्यानंतर असल्याचा उल्लेख टाळून आईने जे शब्दांशिवायच सांगितलं होतं, त्या भावनेने डायना आता थरारून गेली.

आईच्या सर्वात मौल्यवान आठवणीचे, ते चार काळे गुलाब तिने प्रेमाने कुरवाळले आणि फ्रेमच्या आतल्या बाजूला लिहिलेली आईची कविता; तिने मंद स्वरात वाचली –

नाही, तुला वाटतं तसं ते नाहीये

मी तुझ्यापासून कधीच दूर नसेन
मी प्रत्येक गोष्टीतून तुझ्याशी बोलेन
आठवणींच्या मागे जाऊन पाहा.

तिच्या गालावर एक अश्रू ओघळला. ''आई, तू म्हणतेयस तसं नाहीये.'' ती पुटपुटली, ''तू मला दुरावली आहेस आणि तू माझ्याशी बोलूपण शकत नाहीस.''

५

कदाचित आईनं पाठवलं असेल या आशेने ती ते पुडकं उघडण्यासाठी बसली. इतकी छान भेटवस्तू पाहूनदेखील तिला तिच्या वाढदिवसाची आठवण झाली नव्हती, याचं तिला स्वत:लाच नवल वाटलं.

त्या पुडक्यात एक शॅंपेनची बाटली, हृदयाच्या आकाराचा स्फटिक, शुभेच्छापत्र आणि एक निनावी पत्र होतं. ते सर्व उचलून ती कचऱ्यात टाकायला उठणार, तोच दारावरची बेल वाजली. आज काही तिला शांतता मिळणार नव्हती!

पीपहोलमधून तिला तिच्या दोन आगंतुक जिवलग मैत्रिणी दिसल्या. इझाबेल आणि अँड्रिया! त्या 'जिवलग' मैत्रिणींना फक्त तिच्या केशरचनेत, तिच्या पेहेरावात आणि तिच्या लोकप्रिय असण्यातच रस होता.

पण इझाबेल आणि अँड्रियासारख्या दोस्तांमुळेच आपल्याला भाव मिळतो, हेदेखील डायनाला माहीत होतं. त्यांच्यामुळेच तिला आपण 'खास' आहोत असं वाटायचं आणि त्यांच्यामुळेच तिची 'डायना' ही विशेष ओळख होती.

असं त्यांचं तिच्यावर एक प्रकारचं ऋण असल्याने, आता तिला दार उघडण्याशिवाय गत्यंतरच नव्हतं. त्यांना नंतर यायला सांगण्याचा किंवा 'तुम्हाला भेटण्याची मला आत्ता इच्छा नाही,' असं दाराआडून सांगण्याचा धीर तिला झाला नाही.

तिने दरवाजा उघडला.

आत आल्याबरोबर त्यांनी एकसुराने गायला सुरुवात केली, ''हॅपी बर्थ डे टू यू, हॅपी बर्थ डे टू गॉडेस डायना, हॅपी बर्थ....''

पण तिचा गबाळा अवतार पाहून त्यांचा आनंद एकदम मावळला.

''डाय, तुला काय झालंय?'' इझाबेलने विचारलं.

“ड्रिंक्स मिक्स करत जाऊ नको, हे तुला किती वेळा बजावलंय!” अँड्रिया म्हणाली. नंतर दिवाणखान्याची अवस्था बघून तिने पटकन इझाबेलचा हात पकडला आणि तिला गच्चीकडे जाणाऱ्या पायऱ्यांकडे खेचलं. मग लगेच प्रश्नांची सरबत्ती पुन्हा सुरू केली.

“डाय, आज रात्री बर्थ डे पार्टी आहे नं? तू आज वर्गात दिसली नाहीस. असो. मग आजचा काय प्लॅन आहे?”

त्यांनी गच्चीवर पाय ठेवल्याबरोबर तिथल्या सागवानी फर्निचरच्या काठावर हात फिरवत इझाबेल म्हणाली, “हे बघा मिस स्ट्युअर्ट, ह्या धुळीवरून असं सिद्ध होतं की, सगळं शहर तुमच्या पायाशी लोळण घेतं असलं, तरी इथला गच्चीवरच्या देखाव्याकडे तुमचं दुर्लक्ष झालेलं दिसतंय. खरं आहे नं अँड्रिया?”

“अगदी बरोबर!” अँड्रिया म्हणाली.

“बरं डाय” इझाबेल पुढे म्हणाली, “तू अँड्रियाच्या प्रश्नाला अजून उत्तर दिलं नाहीस. आज रात्री काय बेत आहे?”

“मी आज काही करू शकेन, असं वाटत नाही.”

“काय?”

“तुमचा विरस करायची माझीही इच्छा नाहीये; पण काल रात्री मी फार उशिरा झोपले आणि माझं डोकंपण ठणकतंय. म्हणून....”

“पण आज तुझा वाढदिवस आहे डाय!”

“मला खरंच उत्साह नाहीये.”

“डायना, हल्ली तुला झालंय तरी काय?” इझाबेल तिच्याकडे रोखून पाहत म्हणाली, “तूच सर्वांना एकत्र जमवायचीस आणि आता तुझा चेहराच कुणाला दिसत नाही! तुला खूप त्रास होतोय, हे कळतंय आम्हाला, पण म्हणून स्वत:ला घरात कोंडून घेऊन बरं वाटेल, असं तुला वाटतं का? तुझ्या आईला असं आवडलं असतं का? स्वत:ला आवर आता. तू खंबीर मुलगी आहेस!”

“नाही.”

“काय नाही?”

“मी कमकुवत आहे.”

“नाही. तसं नाहीये. तू तशी असूच शकत नाहीस. तुला अजून खूप पुढे जायचंय. तुझी ध्येयं, तुझी स्वप्नं... पण तू अशीच वागत राहिलीस, तर मग मुश्कील आहे. तू कधीच....”

“कसली स्वप्नं?”

“अगं, एक यशस्वी वकील व्हायचं तुझं स्वप्न आहे नं?”

डायनाने एक दीर्घ नि:श्वास सोडला आणि इझाबेलकडे बघितलं. त्यानंतर

अँड्रियाकडे नजर वळवली. ह्यांना काहीच कल्पना नव्हती. होती का?

"इझाबेल, मी वकील व्हायचं कधीच स्वप्न बघितलं नव्हतं."

"म्हणजे तुला म्हणायचं तरी काय आहे?"

"मी नेहमी लेखिका व्हायचंच स्वप्न बघितलं होतं."

"अच्छा, ते स्वप्न होय?" इझाबेल म्हणाली.

"ए डायना, आता बास हं" अँड्रिया म्हणाली, "आता आपण काही बच्चेलोक नाही आहोत. मी लहान होते तेव्हा मला गायक व्हायचं होतं, पण मग मला मोठं झाल्यावर उमगलं की, माझा आवाज तर कावळ्यासारखा कर्कश्श आहे."

अँड्रियाची मित्रत्वाची झलक किंवा तिचं स्वत:ला हसणं, ह्या गोष्टी तिला खरं काय म्हणायचं होतं, ते तिच्या चेहऱ्यावर स्पष्ट उमटल्या होत्या.

"काळजी करू नकोस अँड्रिया" डायना म्हणाली, "मला कल्पना आहे की, माझं लिखाणही कावळ्यासारखं आहे."

"डाय, मला काही तसं म्हणायचं नव्हतं. मी फक्त...."

"बरं मुलींनो, आपल्याला वादविवाद करायला आता वेळ नाही." इझाबेल म्हणाली, "आज रात्रीचं काय?"

डायना किंवा अँड्रिया बोलल्या नाहीत.

"डाय, आत्ता आम्हाला निघायलाच पाहिजे. कारण आज आम्हाला पदवीदानासाठीचा गणवेश घालून पाहायचाय. पण आम्ही आज संध्याकाळी साधारण ८ च्या सुमारास तुला घेऊन जायला येऊ. कपडे करून तयार राहा, म्हणजे उशीर होणार नाही. तुला आम्ही मस्तपैकी 'ऑलिंपिया'ला नेऊ. का 'दा मारियो'ला जायचं? आणि तुला वाटलं, तर 'पुलाना'लादेखील नेऊ. ओके? दोन-चार फोन मारल्यावर सर्व जुनी दोस्त मंडळी जमतील! हा बेत कसा वाटला?"

"मला चालेल." अँड्रिया म्हणाली.

"बरं." डायना म्हणाली, "तुम्ही आलात, बरं वाटलं, पण आज मला एकटंच राहायचंय."

६

इझाबेल आणि अँड्रिया गेल्यावर डायना गच्चीत आणखी थोडा वेळ थांबली. गेल्या कित्येक वर्षांपासून त्या मैत्रिणी होत्या, एकत्र जमून त्यांनी खूप मजा केली होती, कित्येक वेळा तरतऱ्हेच्या विषयांवर चर्चा केली होती; आणि तरीदेखील तिची काय स्वप्नं होती, त्यांना पत्तासुद्धा नव्हता! त्यामुळे मैत्री असूनही एकमेकींच्या संवादातली उणीव डायनाला जाणवल्यावाचून राहिली नाही. पण आता तिने आपलं स्वप्न विसरून जायचं ठरवलं होतं, तेव्हा ते कुणाला माहीत असण्या-नसण्याने काय फरक पडणार होता?

पत्रामध्ये आईने जो प्रश्न विचारला होता तो तिला आठवला. ''छकु, तुला तुझं स्वप्न साकारण्यापासून परावृत्त करणारं खरोखर काही कारण आहे का?''

डायनाला माहीत होतं की, तिने अजून एक हजार जन्म घेतले असते तरी तिच्या आईला प्रत्येक वेळी तिने लेखिका व्हावं असंच वाटलं असतं. तिने कायद्याचा व्यवसाय स्वीकारायचं एकच कारण होतं – ती एक सर्वसाधारण लेखिका बनली असती; तर तिला पैशाच्या दृष्टीने अनेक अडचणींना तोंड द्यावे लागले असते. याचा तिने अगोदरच विचार केलेला होता.

एकतर आजूबाजूच्या लोकांना वाटलं असतं की, तिने आपलं शिक्षण वाया घालवलं. पण त्यांनी आपले खरे विचार लपवून म्हटलं असतं, ''वा, किती छान करियर निवडलं आहेस तू!'' पण त्यांच्या शब्दांमागे एक तऱ्हेची नापसंती नि तुच्छता लपलेली असणार होती आणि लवकरच ती त्यांच्या थट्टेचा विषय बनली असती. लोकांनी चर्चा केली असती की, 'सॅन फ्रान्सिस्कोमधल्या एका वैभवशाली हॉटेल ग्रुपची वारस, जी एके काळी अनेक तरुणांच्या 'दिल की धडकन' होती ती डायना स्ट्युअर्ट शेवटी बिच्चारी पडेल लेखिका बनलीये, तिची पुस्तकं कुणी

वाचतच नाही!'

तिला समाजातलं उच्च स्थान मिळावं असं स्वप्न पाहाणाऱ्या त्या लोकांनीच 'तिने आपलं आयुष्य वाया घालवलं' असं म्हणून तिची कीव केली असती.

अशा तऱ्हेचा प्रसंग तिच्यावर येऊ नये, म्हणून इतर लोक जो व्यवसाय चांगला म्हणतील तो तिनं निवडला होता. हे तिनं कधीच कुणाला सांगितलं नव्हतं. त्यामुळे तिच्या मैत्रिणींना तिच्या भावी आकांक्षांबद्दल काहीच कल्पना नव्हती. हा खरा तिचाच दोष होता.

तिने जेव्हा जेव्हा तो विषय काढायचा प्रयत्न केला होता, तेव्हा तेव्हा त्यांनी त्याकडे दुर्लक्ष केलं होतं. तिच्यासाठी काय चांगलं आहे, ते जणू त्यांनाच माहीत होतं आणि म्हणूनच की काय, तिने काय काय केलं पाहिजे यावर त्यांनी तिला सतत उपदेश केले. तिने कसा विचार करावा अन् कसं वागावं यावरदेखील भाष्य केलं. त्यांनी तिला नीट समजून घ्यायचा प्रयत्नच केला नव्हता.

ह्या जगात कुणीही तिला जाणून घेणारं नसताना, ती एकाकीपणाने कसं काय आयुष्य कंठणार होती!

जशी ती पूर्वी आईबरोबर जायची, तसंच स्वत:चं दमलेलं, थकलेलं मन शांत करण्यासाठी बागेपर्यंत फिरायला जायचं तिने ठरवलं.

७

बागेत विशेष गर्दी नव्हती. अगदी पाण्याजवळचा किनारा धरून डायना चालत राहिली.

ह्याच जागी आईबरोबर ती कितीदातरी फिरली होती. कितीदातरी! आत्ताही आईबरोबर आणखी एकदा फिरायला मिळावं म्हणून तिने काहीही केलं असतं.

फक्त एकदाच...

अशाच आठवणींमध्ये हरवून ती आणखी पंधरा मिनिटं चालत राहिली. जहाजांनी भरलेल्या बंदराजवळ आल्यावर अखेरी ती घराकडे निघाली.

तऱ्हेतऱ्हेची माणसं दृष्टीस पडतात, म्हणून परतताना ती नेहमी बागेतल्या पाऊलवाटेला पसंती द्यायची. इंद्रधनूच्या सर्व रंगात रंगवलेले केस ठेवणारी माणसं, शरीरावर नको तिथे टोचून घेतलेली माणसं, शरीरावर गोंदण करून घ्यायला कुठे जागा उरलीये ते शोधणारी माणसं, गोंदण करणारे कलाकार, किरकोळ गोष्टी विकणारे फेरीवाले, कलाकुसरीच्या लहान-सहान वस्तू विकणारे, फिरते वाद्य-वादक, भिकारी वगैरे सर्वांनी नेहमीप्रमाणे त्या लहान वाटेच्या दुतर्फा गर्दी केली होती.

भिकाऱ्यांजवळून जाताना डायनाला एक जाडा आवाज ऐकू आला, ''अग ए छोटी माई!''

नक्की तिलाच कोणी हाक मारतंय की काय हे न कळल्याने तिने चौफेर नजर टाकली. पण तसं आजूबाजूला कोणीच दिसलं नाही. मग एक म्हातारा भिकारी तिच्याकडे रोखून बघतोय, असं तिला दिसलं. तो परत म्हणाला, ''अग ए छोटी माई!''

कुरळ्या सफेद केसांचा तो माणूस चटईच्या एका तुकड्यावर मांडी घालून

त्या कोपऱ्यावर बसलेला तिने बऱ्याचदा पाहिला होता. तिथल्या इतर भिकाऱ्यांपेक्षा तिला तो वेगळा वाटायचा, कारण त्याचे छोटे काळे डोळे त्या गर्दीत कायम काहीतरी शोधत असायचे; पण बाजूने जाणाऱ्यांना त्याने कधीच त्रास दिला नव्हता. आणखी एक विशेष फरक म्हणजे त्याच्या जीर्ण चटईच्या एका कोपऱ्यावर लिहिलेलं होतं – चार डॉलरमध्ये भविष्य सांगू.

डायनाला आश्चर्य वाटलं, कारण त्या भविष्य सांगणाऱ्या भिकाऱ्याजवळून ती शंभरदा गेली होती, पण त्याने तिला अशी हाक कधीच मारली नव्हती!

स्वत:कडे बोट दाखवून डायनाने भिकाऱ्याला विचारलं, ''तू मला हाक मारलीस का?

''तू तिचा शोध घेते आहेस ना?''

''म्हणजे?''

''तिचा!''

''कोण ती?''

''तुलाच आठवत नसेल, तर मग मी काय सांगणार?''

''काय?''

''तिचा म्हणतोय मी!''

तिने नकारार्थी मान हलवली. त्या परक्या माणसाशी ते निरर्थक संभाषण आणखी वाढवण्यात तिला काही अर्थ वाटत नव्हता. तो कदाचित कुणाचीतरी मस्करी करायला पाहत होता किंवा कदाचित एखाद्या गिऱ्हाइकाचं लक्ष वेधून घेण्याच्या एका नव्या पद्धतीची चाचणी तरी घेत होता. कारण काहीही असलं, तरी तिथून चटकन निघून जावं असं तिने ठरवलं.

काही संभाषण झालंच नाही अशा तऱ्हेने ती निघाली, पण त्या भिकाऱ्याने परत एकदा हाक मारल्यावर ती थबकली.

''ह्ये पाहा माई, तुले मी फुकटात भविष सांगन. असं पाह्य, कदाचित तुहं भाग्यच तुले सांगल ती कुठे असंल ते!''

''तू काय बोलतोयस ते मला समजत नाहीये आणि ते जाणून घ्यायची माझी इच्छादेखील नाहीये.''

त्याच वेळेस भिकाऱ्याने क्षणार्धात त्याच्या समोरच्या पाण्याच्या ग्लासमध्ये राखेसारखी चिमूटभर पावडर टाकली आणि ते पाणी गढूळ झाल्यावर त्यात तो एकाग्रतेने निरखून पाहू लागला. ''अरेच्च्या!'' तो म्हणाला, ''मले दिसतंय – काय दिसतंय? की ती तुझ्यासारखीच दिसते. अगदी हुबेहुब तुझ्यासारखीच!''

डायना जागच्या जागीच थिजून गेली!

कष्टाने आवंढा गिळून तिने विचारलं, ''कोण दिसते माझ्यासारखी?''

"आता बरी बोललीस छोटी माई. ये इठं बैस जरा."

मग ती बसलीच.

भिकाऱ्याने बोटाने पाणी जरा ढवळलं नि मग बोटाच्या टोकाने त्याने डायनाच्या गालावर थोडं पाणी लावलं. तिच्या प्रतिक्रियेची वाट न पाहता तो म्हणाला, "तू तिले शोधती हाइस की न्हाईस, पण ती तुझ्यासारखीच दिसती. अगदी तुझ्यासारखी! तुझ्या एवढ्याच उंचीची, हेच डोळं आन् भिवया."

पाठीच्या कण्यामधून एक थंडगार लहर गेल्यासारखं डायनाला वाटलं. काय करावं, काय बोलावं ते तिला काहीच सुचेना. 'पण ह्याला काहीतरी स्पष्टीकरण हवंच. भविष्यवाणी वगैरे काही नसतं. मनातले विचार ओळखणंसुद्धा झूट आहे.' डायनाच्या डोक्यातली विचारशृंखला चालू झाली.

त्याला भोंदू ठरवण्यासाठी डायनाने विचारलं, "मग ती आहे कुठे?"

"लई दूर न्हाई."

आवाज चढवून तिनं विचारलं, "म्हणजे नक्की कुठे?"

भिकाऱ्याने तिचा हात पकडून त्यावर ते थोडं गढूळ पाणी ओतलं. मग काही वेळ निरीक्षण करून तो म्हणाला, "ती लई लांबून हिकडं आलेली आहे. पन लवकरच ती पुन्यांदा दूर जाणार आहे, पन ती परत हिकडं यीलच."

मग त्याने मान वर करून वाटेच्या पलीकडल्या बाजूला कशावरतीतरी नजर स्थिर केली. तो कुणाला पहातोय ते बघण्यासाठी डायना मागे वळली.

जवळजवळ वीस यार्डाच्या अंतरावरून एक पथ-चित्रकार त्यांना न्याहाळत होता. आपल्याकडे कुणी पाहतं आहे, हे कळल्यावर तो पटकन त्याच्या चित्राच्या फळ्याकडे वळला. तेव्हा डायनाने भिकाऱ्याकडे प्रश्नार्थक चेहऱ्याने पाहिलं.

"तुझ्यासारखी दिसणारी मुलगी" भिकारी म्हणाला, "त्या बाबाला कधीतरी भेटंल."

डायना पटकन उभी राहिली. त्या जागी तसं बसणं ही चूकच होती आणि दुसरं म्हणजे बऱ्याच वेळापासून तो भिकारी तिची केवळ मस्करी करत होता. तिला हे अगोदरच कळायला हवं होतं, कारण त्या म्हाताऱ्याच्या चेहऱ्यावर सुरुवातीपासूनच एक छद्मी हसू दिसत होतं.

डायना जशी जायला लागली, तसा भिकारी मागून ओरडला, "वाच. ते उघडून वाच त्यात काय लिहिलंय ते!"

'उघडून वाच' हे शब्द डायनाला तिच्या पाठीमागून येणाऱ्या एखाद्या बाणासारखे वाटले.

हा खरंच योगायोग होता का? तिने मेरीच्या न उघडलेल्या पत्राबाबतचा हा संदेश तर नव्हता? तिला भोवळ यायचीच शिल्लक होती, पण तरीसुद्धा ती मागे

न वळता चालत राहिली.

झालेलं सर्व विसरून जरी तिला लवकर घरी जायचं होतं, तरीदेखील त्या तरुण चित्रकाराजवळून जाताना तिची पावलं आपोआप मंदावली. भिकारी जे बोलला होता त्याला काही अर्थ असेल का ते पाहण्यासाठी ती त्याची चित्रं पाहत उभी राहिली. त्या वेळी नकळत तिची नजर त्या ओंगळवाण्या चित्रकारावर गेली.

तो चित्रकार उंच नि बळकट होता. त्याचा रंग उन्हाने रापलेला होता. त्याचे केस विस्कटलेले होते. तो तिच्याहून कदाचित दोन-तीन वर्षांनी मोठा असावा. त्याने किरमिजी रंगाचा एक जुना टी-शर्ट घातला होता आणि गुडघ्यावर भोकं असलेली निळी जीन्स चढवली होती. पण फार धूळ जमल्यामुळे त्याच्या चपलांचा रंग मात्र ओळखता येत नव्हता!

जवळच्या एका माडाच्या झाडाभोवती असलेल्या लोखंडी कुंपणाला टेकवून त्याने त्याची चित्रं विकायला ठेवली होती. त्या चित्रांमध्ये ठरावीक दृश्य होती. आकाश, समुद्र आणि समुद्रपक्षी प्रत्येक चित्रात काढलेले होते. प्रत्येक चित्रावर ७५ डॉलरच्या किमतीचा टॅग लटकत होता. त्यात रंग अगदी साधारण प्रतीचे वापरले होते, पण ती चित्र मात्र आकर्षित करणारी होती.

डायनाची नजर चित्रांवरून परत त्याच्याकडे वळल्याचं त्या चित्रकाराच्या लक्षात आलं, तेव्हा त्याने त्याचे तपकिरी डोळे तिच्याकडे वळवले.

"मी तुम्हाला काही मदत करू का?" तो म्हणाला.

"नाही, नाही. मी नुसतं पाहतेय." डायनाने उत्तर दिलं.

"तुम्हाला काही दिसलं का?"

"म्हणजे?"

"म्हणजे तुम्हाला चित्र आवडली का?"

"तुमची रंगसंगती मला आवडली."

त्यावर चित्रकार काहीच बोलला नाही. तिच्या शेऱ्याबद्दल डायनाने त्याच्याकडून निदान 'थँक यू'ची अपेक्षा केली होती. तरी ती म्हणाली, "बरंय, अच्छा."

डायनाच्या जाण्याची वाट न बघता त्या चित्रकाराने नुसता हात हलवला आणि आपल्या चित्र काढण्यामध्ये तो परत गर्क झाला.

रस्त्यावरच्या एका चित्रकाराला शिष्टाचार समजत नव्हता म्हणून डायनाला काही खंत वाटली नाही, पण तरीसुद्धा त्याच्या संस्कारहीन वागणुकीबद्दल आणि त्याच्या ओंगळपणाबद्दल तिच्या मनात विचार चालूच राहिले.

८

खोलीत घोंघावत फिरणाऱ्या त्या पतंगाचं आता काय उरलं होतं? दिव्यावरचं एक अस्पष्ट धूम्रवलय आणि धुराचा जवळचा वास! त्या किड्याने स्वतःला त्या दिव्यामध्ये का झोकून दिलं असेल, याचं त्या वलयाकडे बघताना तिला राहून राहून आश्चर्य वाटत होतं.

डायनाला वाटलं की, अंधारापासून दूर जाण्याच्या तीव्र इच्छेमुळेच त्याने तसं केलं असावं. कारण ज्या वेगाने तो उडत होता त्यावरून त्याला त्याच्याभोवतीच्या अंधारापासून पटकन दूर जायचं होतं, हे स्पष्ट होतं. अनिश्चिततेच्या विरुद्ध केलेलं ते बंड होतं. जन्मभर त्या अंधारात चाचपडत बसण्यापेक्षा कदाचित त्या आगीत समर्पण करणं त्याने आनंदाने स्वीकारलं होतं!

'मेरीची पत्रं उघडून वाचणं म्हणजे त्या पतंगाने स्वतःला आगीत झोकून केलेल्या आत्मघाताप्रमाणेच होईल ना? की आईची शेवटची इच्छा न जुमानल्याने निर्माण झालेल्या अंधारापासून सुटका मिळवण्याचा तो मार्ग असेल? आणि तसंच जर असेल तर अनिश्चितता, बेईमानी आणि अंधार यांच्यापासून निसटण्यासाठी मी पतंगाप्रमाणे स्वतःला संपवण्याची जोखीम घ्यावी का?'

आणखी काय विचार करावा तेच डायनाला कळेनासं झालं. ती अंधारात का होती, तिथे कशी पोहोचली होती आणि यात चूक कुणाची होती, हेच तिला समजत नव्हतं. आईची इच्छा पूर्ण न करण्यात तिची चूक होती की इतकं मोठं ओझं तिच्या डोक्यावर ठेवण्यात आईची चूक होती? की एका कुटुंबाचं विभाजन करण्यात तिच्या वडलांची चूक होती? स्वतःच्या स्वार्थासाठी आईला चिठ्ठी पाठवणाऱ्या मेरीचीच बहुतेक चूक असावी! किंवा तिच्यापासून आईला दूर नेणाऱ्या देवाची चूक असावी. कदाचित सर्वच दोषी होते! किंवा कुणाचाच दोष नव्हता!!

तिला उत्तर सापडलं नाही, मात्र तिच्या आयुष्याचं सुकाणू तिच्या हातातून खूप पूर्वीच निसटून गेल्याचं तिच्या लक्षात आलं. तिच्या नियंत्रणाबाहेरच्या घटना जणूकाही तिच्या भावना, विचार आणि कृती ठरवत होत्या. जणू तिच्या आयुष्याचे निर्णय एखाद्या अज्ञात ठिकाणाहून घेतले जात होते आणि ते तिच्या संमतीशिवाय अमलातदेखील आणले जात होते.

नशीब म्हणतात ते हेच की काय?

तसं असेल, तर आजपर्यंत तिच्याशी कधीही न बोललेल्या त्या म्हाताऱ्या भिकाऱ्याचे चमत्कारिक शब्ददेखील तिच्या नशिबाचाच भाग होता का? आता जर तिने मेरीची पत्रं लगेच उघडून वाचली असती, तर तो तिचा स्वतंत्र निर्णय ठरणार होता का? की तिला अज्ञात भविष्याकडे खेचणाऱ्या नशिबाचा आणखी एक हुकूम ती पाळणार होती. किंवा कदाचित या दोन्ही गोष्टी एकाच नाण्याच्या दोन बाजू होत्या. तिचा पूर्ण गोंधळ उडाला होता अन् तिला काहीच समजेनासं झालं होतं.

एक गोष्ट मात्र निश्चित होती – तिला त्या पतंगाबद्दल फार आदर वाटत होता!

डायना एकदम उभी राहिली नि सरळ तिच्या आईच्या दागिन्यांच्या पेटीकडे गेली. त्यातून तिने किल्ली काढली आणि ती त्या जुनाट पेटी ठेवलेल्या खोलीत गेली. ती पेटी उघडल्यावर तिला एका कापडात गुंडाळलेली मेरीची पत्रं सापडली. नंतर ते पुडकं घेऊन ती दिवाणखान्यात परतली.

एका खुर्चीला पाठ टेकून ती जमिनीवरच बसली आणि तिने ते पुडकं उघडलं. त्यात तिला पाच रंगीबेरंगी पत्रं मिळाली. त्यातलं एक पाकीट जरा लहान होतं. मेरीने आईला लिहिलेलं शेवटचं पत्र त्याच पाकिटात होतं.

लाल, हिरवा, सफेद आणि रुपेरी असे त्या चार पाकिटांचे रंग होते. पहिली तीन पाकिटं न्यूयॉर्कहून पोस्ट केल्याचं तिच्या लगेचच लक्षात आलं, पण चौथ्या लहान पाकिटावर सॅन फ्रान्सिस्कोचा शिक्का होता.

म्हणजे मेरी सॅन फ्रान्सिस्कोला आली होती! डायनाला एकदम त्या म्हाताऱ्या भिकाऱ्याचे शब्द आठवले. "ती बऱ्याच लांबून आली आहे. ती इथून फार दूर नाहीये."

'मेरी खरंच सॅन फ्रान्सिस्कोला आली असेल, तर मग ती आईला भेटायला का आली नाही? ती अजून इथेच असेल का? म्हणजे ती न्यूयॉर्कमध्ये राहत होती की काय?' अशा सर्व प्रश्नांची गुंतवळ सोडवताना तिच्या लक्षात आलं की, चौथं रुपेरी पाकीट रिकामं होतं.' त्यातलं पत्र कुठे असेल? हा आणखी एक नवा प्रश्न तिच्या आधीच गोंधळलेल्या डोक्यात शिरला!

काहीतरी उत्तर सापडेल ह्या आशेने तिने सर्व पत्रं वाचून काढली. मग त्यातलंच पहिलं पत्र उचलून तिने ते परत एकदा शांतपणे वाचायला सुरुवात केली.

पत्र नंबर १ : 'इतरांच्या बाबतीतला आक्षेप'

फेब्रुवारी १४

प्रिय आईस,

आत्ता बाहेर विजा चमकताहेत आणि ढगांचा गडगडाट होतोय. अशा खूप रात्री मला आठवतात; मी घाबरून थरथरत असायची आणि आईच्या छातीशी बिलगावं, असं मला वाटायचं पण... नुसते पाय पोटाशी घेऊन मी झोपून जायची.

तू हयात नसल्याचं आत्ताच कुठे मी विसरायला लागले होते, एवढ्यात एक दिवस बाबांनी माझ्या खोलीत येऊन मला सांगितलं की, तू जिवंत आहेस. तुझा पत्ता माझ्यापुढे करून ते म्हणाले, ''तू आईला पत्र लिहू शकतेस!''

अशा वेळी बाहेरचं वादळ मला अचानकपणे मित्रासारखं वाटलं! विजांचा चमचमाट म्हणजे जणू माझ्या आनंदाचा फोटो काढणाऱ्या कॅमेराचा फ्लॅश वाटला आणि मी माझ्याशीच पुटपुटले, ''म्हणजे मला माझ्या आईला परत भेटता येणार तर!''

आई, हे सर्व खोटंच वाटतंय! पण हे खरं आहे. कित्येक वर्षांपासून मी तुझा जो शोध घेते आहे, त्याचा शेवट अगदी आनंदात होणार आहे. बरोब्बर एक महिन्यानंतर मी तुला भेटायला येते आहे!

तुझ्या पुनर्भेटीची नुसती कल्पनाच मला एवढा आनंद देते आहे की, मी सांगूच शकत नाही! तरीसुद्धा तू मला ओळखत नाहीस, त्यामुळे त्या आनंदाला थोडं गालबोट लागल्यासारखं वाटतंय. तुला माझी पूर्ण ओळख व्हावी म्हणून मी नुकतीच एक कादंबरी लिहायला घेतली आहे. तुझा शोध घेताना मला जे काही अनुभव आले, त्यांच्या अनुषंगाने ती गोष्ट मी लिहिली आहे. आई, त्या न संपणाऱ्या शोधामध्ये माझे काय हाल झाले, ते तुला कसं कळणार? इतरांचा विरोध पत्करला, महासागर पार केले आणि गुलाबाशी बोललेदेखील!

तुला माझ्या कादंबरीची एक प्रत ताबडतोब पाठवली असती, पण ती कादंबरी अजून पूर्ण व्हायचीये. तरीसुद्धा त्यातली गोष्ट मला तुला सांगायला आवडेल. तुला त्याची एक झलक तरी मिळावी म्हणून तुला दर आठवड्याला मी एक पत्र पाठवायचं ठरवलंय. त्यात मी माझ्या शोधातल्या निरनिराळ्या टप्प्यांबद्दल तुला सांगणार आहे.

त्या टप्प्यांना मी 'आक्षेप', 'मार्ग', आणि 'विनाश' अशी नावं दिली आहेत. आपली भेट झाल्यावर 'पुनर्जन्म' हा चौथा टप्पा लिहायला घेईन.

प्रथम 'आक्षेप' ह्या टप्प्यातली गोष्ट आत्ता तुला सांगते –

मी जेव्हा अगदी लहान होते, तेव्हा मी स्वत:लाच प्रश्न विचारायचे 'मला आई आहे की नाही? आणि कितीही प्रयत्न केला तरी त्याचं उत्तर मला मिळायचं नाही. पण प्रश्न आहे म्हणजे त्याचं काहीतरी उत्तर हे असणारच! अर्थात, हा सर्व विचार करण्याइतकी मी तेव्हा मोठी नव्हते, पण त्या वेळीसुद्धा मी माझा आतला आवाज ऐकू शकत होते.

''मला आई आहे की नाही? हे मला विचारू नकोस'' माझं मन म्हणालं, ''आधी प्रश्न नीट बनव. असं म्हण की, 'माझी आई कुठे आहे?' आणि ज्याला कुणाला हे माहीत असेल त्यालाच हा प्रश्न विचार.''

'ज्या कुणाला हे माहीत असेल... म्हणजे ज्या कुणाला ह्याची माहिती असेल... म्हणजे बाबा!'

''बाबा, आई कुठे आहे?'' मी बाबांना विचारलं.

क्षणभर घुटमळल्यावर बाबा म्हणाले होते, ''बाळ, तुझी आई देवाघरी आहे.''

'हे मात्र नक्कीच खरं असणार. कारण देव छान जागीच राहत असणार. माझ्या आईलादेखील छान जागाच मिळायला हवी.'

आणि म्हणून ''देव कुठे राहतो?'' हा माझा पुढचा प्रश्न तयार होता. जणूकाही जगातला सर्वात विचित्र प्रश्न मी विचारला असावा, अशा चेहऱ्याने त्यांनी माझ्याकडे पाहिलं. मग ते म्हणाले, ''ते मला माहीत नाही.''

कदाचित तू कुठे आहेस ते इतरांना माहीत असेल म्हणून मी इतरांना विचारलं, ''माझी आई कुठे आहे ते तुम्हाला माहीत आहे का?''

''तुझी आई आता जिवंत नाही.'' ते म्हणाले.

''म्हणजे काय?'' मी विचारलं.

''म्हणजे ती मेली. ती आता या जगात नाहीये.''

हे कसं काय शक्य होतं? तुझं अस्तित्व मला इतक्या तीव्रतेने जाणवत असताना 'तू मेली आहेस', 'तू आता इथे नाहीस' असं त्यांनी कसं म्हटलं? माझं मन पुन्हा म्हणालं, ''तुला तिचं अस्तित्व जाणवतंय ना? मग ती नक्की हयात असणारच.''

मी इतरांना जाऊन सांगितलं, ''माझी आई जिवंत आहे.''

त्यावर त्यांनी मला दुसरंच सांगितलं, ''तुझी आई खूप दूर कुठेतरी आहे.''

पण ते उत्तरही मला पटलं नाही. कारण मला नेहमी वाटायचं की, तू माझ्या अगदी जवळ आहेस.

त्यानंतर त्यांनी एक नवीनच उत्तर शोधून काढलं! ते म्हणाले, ''तू फक्त पुढच्या जन्मीच आईला भेटू शकशील.''

'नाही. खरं उत्तर काहीतरी वेगळंच असणार.'

'मग मी देवाला शोधायला जाईन' मी मनाशीच म्हणाले आणि इतरांना परत म्हणाले, "तो देव कुठे असतो?" कारण त्याचा शोध लागला असता तर तू कुठे आहेस, तेही मला शोधता आलं असतं. पण मग लवकरच माझ्या लक्षात आलं की, देवाच्या बाबतीतदेखील लोकांचे दृष्टिकोन फारच गोंधळलेले होते. काही म्हणाले, "देव नाहीच आहे" तर काही म्हणाले, "देव एका अज्ञात स्थळी आहे" तर काही म्हणाले, "देव अगदी तुझ्याजवळ आहे, पण त्याला तू फक्त पुढच्या जगात पाहू शकतेस."

परत वाटलं, 'उत्तर काही वेगळंच असणार!' आणि अशा सर्व उत्तरांमुळे माझी खात्री झाली की, मी योग्य दिशेने जाते आहे. 'देव कुठे आहे?' 'माझी आई कुठे आहे?' या प्रश्नांची इतरांनी दिलेली निरनिराळी उत्तरं ऐकून एक गोष्ट नक्की झाली – तू देवापाशी आहेस. खरं म्हणजे हल्लीच माझ्या लक्षात आलं होतं की, तुझा शोध घेण्यातले आणि देवाचा शोध घेण्यातले माझे टप्पे काही फार वेगळे नव्हते. खरं म्हणजे ते सारखेच होते.

म्हणून आई, जसजसे दिवस गेले तसतसं माझं जीवन फक्त तुझ्या विचारांत गुरफटलेलं पाहून इतरांनी मला तुझ्यापासून परावृत्त करण्याचा प्रयत्न केला. त्यांनी मला खूप खेळणी आणि इतर वस्तू दिल्या. त्यामुळे मला काही काळ विरंगुळा मिळाला, पण लवकरच त्याचाही मला वीट आला. नंतर त्यांनी मला जास्त आकर्षक, जास्त महाग, जास्त चित्रविचित्र अशी नवनवीन खेळणी देऊ केली.

मला वाटलं 'कदाचित मला अशीच नवीन आणि जास्त चांगली खेळणी मिळत गेली, तर मी आयुष्यभर त्यात गुंतून राहू शकेन.' ते मला नकोच होतं. मला फक्त माझी आई हवी होती.

तूच नव्हतीस, तर मग कुठचं खेळणं मला कसं खूश करू शकणार होतं? पण तू जर जवळ असली असतीस, तर कोणतंही खेळणं नसतं तरी माझ्या आनंदात उणीव भासणार नव्हती.

म्हणून मी त्या खेळण्यांच्या 'सापळ्या'तून निसटू शकले; पण थोड्याच काळात तुझ्या शोधात परत व्यत्यय आला. कसा, ते सांगते तुला –

मी जसजशी मोठी होत गेले, तसतसं इतरांनी माझ्याकडे जास्त जास्त लक्ष पुरवलं. त्यांनी माझी फार स्तुती केली. याचंच दुःख आहे. मी 'याचंच दुःख आहे' असं म्हणतेय, कारण त्यांच्याकडून कायम होणारी स्तुती आणि ती जास्तीत जास्त मिळवायची माझी धडपड, ह्या दोन गोष्टींमुळे मी माझं सर्वात महत्त्वाचं स्वप्न विसरून गेले – तुझा शोध!

मला वाटलं की, तुझ्याबद्दल इतरांना सारखं विचारत राहिले, तर ते लोक

दुरावतील. म्हणून सरतेशेवटी मी तुझा शोधच सोडून दिला आणि त्याऐवजी त्यांच्या गोड हसण्यामध्ये रंगून गेले.

इतरांनी माझ्यावर कौतुकाचा आणि स्तुतीसुमनांचा वर्षाव कायम सुरू ठेवला; पण तो वर्षाव बाणांसारखा घातक होता, हे मला नंतर कळलं. 'तू असामान्य आहेस. या सबंध जगात तुझ्या तोडीचं कुणीही नाही' अशा तऱ्हेच्या गोष्टी ते नेहमी करत राहिल्याने त्यांच्या त्या बाणांचं विष माझ्या रक्तात भिनत गेलं.

हे लोक खरं बोलताहेत का, याचा कधीकधी मला संशय यायचा. मी स्वत:लाच कितीदा विचारायची, 'मी खरंच असामान्य आहे का?' पण ह्यावरती इतरांनीच माझा विश्वास बसवल्यामुळे मला त्यांच्याशिवाय त्या प्रश्नाचं उत्तर ठरवता येणं शक्यच नव्हतं. जणूकाही माझ्या आत्म्याच्या आरशाला तडा गेला होता आणि त्यामुळे दुसरे म्हणतील तशीच मी त्या आरशात मला दिसायची.

दिवसेंदिवस मी त्यांच्या सहवासासाठी आसुसत होते. कारण मी जेव्हा जेव्हा त्यांना विचारायचे, ''मी खरंच असामान्य आहे का?'' तेव्हा तेव्हा त्यांचं उत्तर ठरवलेलं असे, ''हो खरंच! तुझ्यासारखी ह्या जगात कुणी नसेल.''

सारखा सारखा तोच प्रश्न विचारायचा आणि तेच तेच उत्तर ऐकायचा मला कधीच कंटाळा आला नाही. समुद्राचं पाणी प्यायलं तर तहान भागण्याऐवजी जशी वाढतच जाते, तशी त्यांच्या नेहमीच्या स्तुतीमुळे माझी तहान वाढतच गेली.

सर्वात खेदाची बाब म्हणजे इतरांची मतं बदलू नयेत म्हणून त्यांच्या अपेक्षेप्रमाणे वागणं मी माझं कर्तव्य समजायला लागले. पण लवकरच मला उमगलं की, माझ्या ध्येयानुसार न जगता माझ्यासाठी इतरांनी निवडलेलं जीवन मी जगत होते!

परत एकदा माझा आतला आवाज मला म्हणाला, ''तू दु:खी आहेस मेरी.''

ते खरं होतं. मी माझ्या बाबतीत इतकी निराश झाले होते की, पुढे पुढे लोकांच्या स्तुतिसुमनांचा मला आनंद वाटेनासा झाला. तरीसुद्धा त्या निराशेमुळेच तुझा शोध घेण्याचं बळ मला परत मिळालं.

''माझी आई कुठाय?'' मी इतरांना मोठ्यानं विचारलं.

त्यांनी पूर्वीचीच उत्तर दिली.

''तुझी आई हयात नाही'', ''ती कुठेतरी आहे, पण ती खूप दूर आहे'', ''तिला तू फक्त पुढच्या जन्मात भेटू शकतेस.'' वगैरे.

''नाही.'' मी म्हटलं, ''तुम्हाला वाटतंय ते खरं नाहीये.''

''आम्ही इतरांकडून असंच ऐकलंय.''

''पण इतर कशावरून चूक नसतील?''

''तू चारही दिशांना पाहा. तुला आई किंवा देव दिसणं शक्य नाहीये. कारण ते तुझ्या नशिबातच नाहीये.''

''मी नुसत्या डोळ्यांनी पाहायचं ठरवलं, तर तुमच्या अंधाऱ्या जगात मी हरवून जाईन.''

''अगं, जरा समंजसपणा दाखव. आता तू मोठी मुलगी झालीयेस!''

''नाही. मी लहान आहे'' मी म्हटलं, ''आणि मी नेहमी अशीच लहान राहीन.''

आई, तरीसुद्धा हा फक्त 'आक्षेपाचा' टप्पाच तुझा शोध घ्यायला पुरेसा नव्हता. मला अजून माझा मार्ग शोधायचा होता. तू स्वप्नात येऊन मला मार्ग दाखवल्यावर माझ्या शोधाचा दुसरा टप्पा सुरू झाला. यासाठी तो जाणकार मला कुठे सापडेल ते तू मला सांगितलंस. नंतर बऱ्याच कालांतराने ती व्यक्ती मला खरोखरंच माझा हात हातात धरून, तू दाखवलेल्या मार्गावर घेऊन जाईल ह्या जगात आपण भेटेपर्यंत.

त्या स्वप्नाबद्दल मी माझ्या पुढच्या पत्रात तुला कळवीन.

माझ्या प्रेमाचं निधान तूच आहेस!

मेरी

९

तिने तो हिरवा लिनन सूट घातलेला तिच्या आईला खूप आवडायचं. आज तोच सूट घालून डायना आईच्या थडग्याकडे निघाली होती. थडग्याजवळ पिंगट रंगाचे लांब केस असणारी एक व्यक्ती उभी होती. एका मोठ्या वृक्षाखाली एकच स्मृतिशिला होती. म्हणजे ती चुकीच्या थडग्याकडे आली नव्हती. तो दिवसदेखील असा काही महत्त्वाचा नव्हता. मग इतक्या सकाळी तिथे कोण आलं होतं?

ती मेरी तर नव्हती ना?

तिने आणखी पुढे जायचं टाळलं आणि त्या आगंतुक पाहुणीचं तिनं दुरूनच निरीक्षण केलं.

ती स्वत:वरच रागावली, 'तुला कुणाची भीती आहे?' आणि ती त्या थडग्याकडे चालू लागली. तिला तिच्या हृदयाचे ठोके स्पष्ट ऐकू येत होते. थडग्याजवळ पिंगट रंगाचे केस असणारी एक व्यक्ती उभी होती.

आणखी काही पावलं पुढे गेल्यावर त्या व्यक्तीचा चेहरा डायनाच्या दृष्टीस पडला आणि मिस जॉन्सनना पाहिल्यावर तिने सुटकेचा नि:श्वास सोडला. आईच्या अंत्ययात्रेच्या वेळी तिची मिस जॉन्सनशी भेट झाली होती. ती आईची खूप खास मैत्रीण होती; पण ती न्यूयॉर्कमध्ये राहत असल्यामुळे डायनाच्या आणि तिच्या भेटीचा योग खूप कमी वेळा आला होता.

डायनाने हळूच तिच्या खांद्यावर हात ठेवला नि म्हणाली, "तुला पाहून मला खूप आनंद झालाय जॉन्सन मावशी!"

"डायना, तू कशी आहेस?" असं विचारून तिने डायनाला कवेत घेतलं. "मुली, तू ठीक आहेस नं? तुला मी कितीदातरी फोन केला, पण तू भेटली नाहीस. मी हॉटेल मॅनेजरजवळ निरोप ठेवला होता. ती म्हणाली तू ठीक आहेस. पण...."

“जॉन्सन मावशी मी परत फोन करू शकले नाही; सॉरी! पण मी आता बरी आहे.”

जॉन्सन मावशीने तिच्या आईसाठी कबरीवर ठेवलेला पिवळ्या गुलांबाचा गुच्छ पाहून डायना म्हणाली, “किती छान आहेत ही!”

मिस जॉन्सनच्या डोळ्यातही होकार होता. “डायना, आज एक जण लंचच्या वेळेस मला भेटणार आहेत, त्यामुळे दुपारी मी घरी परत जाईन असं म्हटतेय. तुला जमत असेल, तर तूही चल माझ्यासोबत.”

“खरंच जॉन्सन मावशी मलाही आवडलं असतं, पण माझी खूप कामं अजून राहिली आहेत.”

“जशी तुझी इच्छा! पण बेटा, तुला भेटलं की बरं वाटतं.” काही क्षणानंतर मिस जॉन्सनने डायनाचा हात हातात घेतला आणि विचारलं, “पण खरं सांग डायना, तू आता अगदी ठीक आहेस नं?”

“डायना, मी तुला सांगायलाच पाहिजे असं नाही, पण तरीदेखील मला सांगितल्याशिवाय राहवत नाही; तुझ्या आईला तुझ्याबद्दल फार अभिमान होता.”

“जॉन्सन मावशी, असं काही घडेल याची मी कधी कल्पनाच केली नव्हती. सारं कसं अचानक घडलं. पाच महिन्यांपूर्वी सगळं ठीक होतं. ती आजारी असतानासुद्धा तिचे आता थोडेच दिवस शिल्लक उरलेत असं तिने कधी दाखवलंदेखील नाही. तिने कधीच धीर सोडला नव्हता आणि तिच्या डोळ्यातली चमकदेखील तशीच होती. ‘माझीच अशी अवस्था का झाली?’ असं तिनं कधीच विचारलं नाही.”

डायनाचे डोळे पाण्याने भरून आले.

“पण मी तिच्यासारखी नाहीये. रोज सकाळी उठल्यावर माझ्या मनात प्रथम हाच विचार येतो की माझीच आई का? माझ्याच आईचं असं का व्हावं? ती नुसती माझी आईच नव्हती, तर तिच्या भोवतालच्या सर्व माणसांवर असलेला तो एक प्रकाशझोत होता.

“खरं आहे. ती होतीच तशी!” मिस जॉन्सन म्हणाली.

“पण मी तिच्या प्रकाशाजवळ कधीच जाऊ शकले नाही. तिच्या प्रकाशात उजळून जायचा मी प्रयत्नच केला नाही. आणि आता कुठे माझ्यात थोडा बदल होऊ पाहत होता, तर तीच निघून गेली.”

“बदल होऊ पाहत होता?”

डायनाने नुसती होकारार्थी मान हलवली.

“हल्ली बरेच दिवसांपासून मला असं वाटत होतं की, आईच्या नजरेतून आयुष्याकडे पाहायला हवं. मला तिच्या मनाचा ठाव घ्यायचा होता. तिच्यासारखं

व्हायचं होतं. तिच्या दृष्टीपलीकडच्या, शब्दांपलीकडच्या... तिच्या आयुष्यापलीकडच्या रहस्याचा मला उलगडा करून घ्यायचा होता. तिच्या मनात कुठेतरी एक अमूल्य खजिना होता, पण तिथपर्यंत मी कधी पोहोचूच शकले नाही!''

अचानक एका गोष्टीच्या आठवणीने डायनाच्या ओठावर हसू उमटलं, ''कधीकधी... कधीकधी मी तिच्या खोड्या काढायची. मी म्हणायची, ''आई, माझ्या जवळदेखील खजिना आहे असं तू म्हणतेस नं, मग दे बघू मला त्याच्या किल्ल्या!'' मग मला ती तिचे रिकामे हात दाखवून म्हणायची, ''ती किल्ली माझ्याजवळ नाहीये. तुझ्याशिवाय ती कोणाकडे असणार?''

डायनाने एक दीर्घ नि:श्वास सोडला. ''मावशी, त्या किल्लीची मला गरज होती गं! खरंच गरज होती. मला माझ्या आईसारखं बनायचं होतं. निदान तिला माझा अभिमान वाटेल असं बनायचं होतं. मला कधीकधी काय वाटतं माहित आहे? तिनं मला हवं तसं वागू द्यायला नको होतं, चुका करू द्यायला नको होत्या. मी आहे तसाच तिने माझा स्वीकार करायला नको होता. दुसऱ्या आया करतात तसं तिने मला तिच्यासारखं घडवायचा प्रयत्न करायला हवा होता. मला 'माझ्या आईची मुलगी' बनायचं होतं मावशी. अगदी खरंच!''

डायनाला अश्रू आवरेनात तेव्हा मिस जॉन्सनने तिला मिठीत घेतलं.

''अगं डायना, तू तुझ्या आईचीच मुलगी शोभतेस. तू अगदी तिच्यासारखीच आहेस. इतकी आईसारखी असणारी दुसरी कुठचीच मुलगी मला माहीत नाही. माझ्यावर विश्वास ठेव. कदाचित आपला सहवास म्हणण्याइतका जास्त नसल्याने तुला वाटेल की, तुला बरं वाटावं म्हणून मी असं म्हणतेय; पण माझ्यावर विश्वास ठेव. मी तुला पूर्णपणे जाणते. डायना, तुझ्या स्वत:पेक्षा तुला जास्त ओळखणाऱ्या तुझ्या आईकडूनच मी तुझ्याबद्दल खूप ऐकलं आहे.''

डायनाचे हुंदके थांबले, ''आई माझ्याबद्दल काय म्हणायची?'' तिने हळूच विचारलं.

''मागच्या वर्षी अलेक्झांड्रियाच्या ट्रिपवर आम्ही दोघी गेलो असताना ती तुझ्याबद्दल किती बोलली म्हणून सांगू! तिने मला सांगितलं की, तुला किती अतृप्त वाटतंय, तुझ्याजवळ जे काही आहे त्यात तुला समाधान वाटत नाहीये आणि त्यामुळे तू दिवसेंदिवस कशी जास्त दु:खी होते आहेस, वगैरे!''

मान झुकवून डायना पुटपुटली, ''होय, ते खरं आहे. गेल्या वर्षापासून मला असं अस्वस्थ वाटायला लागलं; पण मला वाटलं की, मी माझ्या भावना आईपासून लपवून ठेवण्यात यशस्वी झाले. मला आईला दुखवायचं नव्हतं, कारण मला दु:ख होण्याचं तसं तर काही कारण नव्हतं. पण माझा असा अंदाज आहे की, नेहमीप्रमाणे तिने माझ्या मनातली घालमेल ओळखली असावी.''

“पण ती मला कधी काहीच कशी बोलली नाही? तिला किती दु:ख झालं असणार!”

“दु:खी? मला नाही वाटत की ती दु:खी होती.” मिस जॉन्सन म्हणाली, “उलट मला तुझ्याबद्दल सांगताना तिचे डोळे चमकत होते.”

“चमकत होते?”

“हो! तिला तर खूप आनंद झाला होता. ती असंही म्हणाली, “ऑक्टोबरच्या पावसासाठी माझ्या मुलीची तहान दिवसेंदिवस वाढत चालली आहे.” खरं म्हणजे आमच्या पुढच्या प्रवासात सहभागी व्हायला ती तुला बोलवणार होती.”

“ ‘ऑक्टोबरचा पाऊस’ म्हणजे दर ऑक्टोबरमध्ये तुम्ही ज्या प्रवासाला जायचा तोच ना? तो गूढ प्रवास?”

मिस जॉन्सनने नुसती होकारार्थी मान हलवली.

“मला त्याच खरंच कोडं पडायचं.” डायना म्हणाली, “प्रत्येक वेळी तुमच्याबरोबर यावं असं मला वाटायचं, पण आईने मला येऊ दिलं नाही आणि तुम्ही परत आल्यावर मी प्रवासाबद्दल चौकशी करायचे तेव्हा ती नेहमी असंच म्हणायची, “आम्ही ऐकलं आणि आम्हाला नवीन चैतन्य मिळालं.”

डायनाने आर्जवी डोळ्यांनी मिस जॉन्सनकडे पाहिलं. “पूर्वी मला त्याबद्दल नुसतं कुतूहल वाटायचं, पण काही वर्षांपासून मला असं वाटायला लागलं होतं की, ते तुमचे प्रवास केवळ प्रवास नसून माझ्यामधल्या प्रकाशाचे स्रोत आहेत. मला वाटतं की, त्याबद्दल मला नीट कळलं असतं तर मी आईला अधिक चांगल्या प्रकारे समजू शकले असते आणि मावशी, ह्या बाबतीत फक्त तूच मला आता मदत करू शकतेस. अलेक्झांड्रियाच्या ट्रिपवर तुम्ही नक्की काय केलं ते मला प्लीज सांगशील का? किंवा अथेन्समध्ये, जेरुसलेमध्ये, फेजमध्ये, सुराबाया....”

मिस जॉन्सन डायनाच्या डोळ्यांकडे बघू शकली नाही. तिने स्वत:च हा विषय काढण्याची चूक केली, असं आता तिला वाटत होतं.

“डायना, तुझ्या आईचं मला किती कौतुक वाटायचं म्हणून सांगू! कारण ती तिच्या भावना अतिशय सुंदर पद्धतीने व्यक्त करायची. तिने किती मार्मिक वर्णन केलं – आम्ही ऐकलं आणि आम्हाला नवं चैतन्य मिळालं!”

डायनाच्या लक्षात आलं की, हा विषय तसाच पुढे वाढवून उपयोग नव्हता. ती म्हणाली, “अस्सं! मग मी तुला दुसरा प्रश्न विचारू का?”

“पहिल्या प्रश्नासारखा अवघड नसेल अशी मी आशा करते!” मिस जॉन्सन हसून म्हणाल्या.

“मावशी, माझी आई कुठे आहे? कुठे आहे ती? तिला काय झालं ते मला जाणून घ्यायचंय आणि माझी खात्री आहे की, ह्या प्रश्नाला माझ्यापेक्षा तुझ्याजवळ

जास्त चांगलं उत्तर आहे.''

काही वेळ तसाच शांततेत गेल्यावर मिस जॉन्सन म्हणाल्या, ''तुला आठवतं डायना, मी तुझ्या आईला प्रथम भेटले तेव्हा तू असाच एक प्रश्न आईला सारखा सारखा विचारत होतीस? 'माझे वडील कुठे आहेत?' आणि तुझ्या आईने तुला हेच उत्तर प्रत्येक वेळी दिलं, ''बाळा, तुझे वडील देवाजवळ आहेत.''

हे उत्तर ऐकल्याबरोबर डायनाच्या लक्षात आलं की, आता जो प्रश्न तिने मिस जॉन्सनला विचारला होता, अगदी तोच प्रश्न इतकी वर्षं मेरीने विचारला असणार होता. मिस जॉन्सनने अशा तऱ्हेचं उत्तर द्यावं याचं तिला आश्चर्य वाटलं. मिस जॉन्सनना तिच्या वडलांबद्दल खरं माहीत असेल की नाही याची खात्री न वाटल्याने डायनाने त्यांच्यापाशी मेरीचा उल्लेख केला नाही.

''ज्याची आई हयात नाही अशा लहान मुलाला समजावण्यासाठी, 'आई देवाजवळ आहे' असं लोक सांगतील; पण मावशी, मी काही लहान नाहीये. तेव्हा ते सत्य तू मला सांगू शकतेस. प्लीज, सांग, माझी आई आता हयात नाही हेच सत्य आहे ना?''

''डायना, समजूत घालण्यासाठी मुलांना जे सांगतात ते नेहमीच असत्य नसतं. मरणाच्या अगोदर ती जिथे होती, तिथेच ती आता आहे – देवाजवळ.''

डायनाची नजर पुन्हा खाली गेली.

मिस जॉन्सनने डायनाच्या खांद्याला हळुवार स्पर्श केला नि म्हणाली, ''मुली, आता काही वेळ तरी मी तुला आईजवळ एकटं सोडायला पाहिजे. आणि हो, एक गोष्ट नेहमीच लक्षात ठेव, तू माझ्या घरी आलेलं मला खूप आवडेल.''

गहिवरून डायनाने तिला मिठी मारली, ''मावशी, थँक यू. लवकरात लवकर मी तुझ्या घरी येईन. सांभाळून घरी जा.''

१०

मिस जॉन्सन दूर गेल्यावर डायना थडग्याच्या पायाशी बसली. तिने छातीवर हात ठेवले आणि थोडा वेळ मूक प्रार्थना केली. तिचे शब्द आईला ऐकू येणार नाहीत याची तिला जाणीव असूनदेखील ती आईशी चार शब्द बोलली.

"आई, जॉन्सन मावशी काय म्हणाली ते तू ऐकलंस ना? ती म्हणाली, इतर कोणत्याही मुलीपेक्षा माझ्या आणि तुझ्यात सर्वात जास्त साम्य आहे. ती खूप चांगली आहे. पण मला वाटतं की, अजूनही काही गोष्टी अशा आहेत की, त्या तिला माहीत नसाव्यात.

"मला तुला सांगायचं होतं की, काल रात्री मी मेरीच्या पत्रांवरून नजर फिरवली, पण मी ती लगेच ठेवून दिली. जरी खूप उशीर झाला असला, तरी तुला दिलेलं वचन पूर्ण करायचा मी विचार केला होता; पण आई, मी ते करू शकले नाही. का ते विचारू नकोस. माझ्या हातून ते झालंच नाही.

"तरीदेखील एका गोष्टीचं मला कुतूहल वाटतं. मेरीची पत्रं वाचल्यावर तुला काय वाटलं होतं? आपल्या दोघींच्या मनात एकसारखेच विचार आले, हो ना? की मेरी वेडपट आहे! मला तू लिहिलं होतंस की मेरी एक 'अद्वितीय' व्यक्ती आहे, मी तिचा कसून शोध घ्यावा, म्हणून तू तसं म्हणाली होतीस ना?

"मला खरोखर जाणून घ्यायचंय की, 'अद्वितीय' हा शब्द वापरून तुला नक्की काय म्हणायचं होतं? माझ्या माहितीप्रमाणे त्याचा अर्थ 'फक्त एकच' असा होतो. म्हणजे त्याचा अर्थ असा होईल की, तिच्यासारखी अख्ख्या दुनियेत दुसरी नाही. पण आई, तू त्या अर्थाने तो शब्द वापरला नाहीस खरं ना? माझ्यापेक्षा तुझी मुलगी म्हणून मेरी जास्त लायक आहे, असं तुला म्हणायचं नव्हतं. हो ना?

"तसं नक्कीच नसेल. पण मेरी मात्र वेडीच वाटते! तिच तिसरं पत्र तू वाचलं नाहीस का? तिने गुलाबाला श्वास घेताना ऐकलं म्हणे! वाऱ्याची झुळुक तिच्या

खोलीतून जाताना तिनं पाहिलं; सर्वत्र उजेड पसरलेला पाहिला आणि तिने गुलाबाशी संभाषणदेखील केलं! ही सर्व वेडाचीच लक्षणं आहेत ना? की दुसरं काही आहे? ते सर्व वेडाच्या भरात तिला झालेले आभासच आहेत. आई, माझ्यावर विश्वास ठेव. तेवढं समजण्याइतका मानसशास्त्राचा अभ्यास मी नक्कीच केलाय!

"काहीही असलं, तरी लहान मुलगी असताना जीवनाबाबत समजलेल्या गोष्टींचा तिने तिच्या पहिल्या पत्रात जो उल्लेख केला आहे, त्या सर्व गोष्टी ती विचित्र असल्याची ग्वाही देतात. इतक्या लहान वयात एखादीला जीवनाबाबत इतकं जास्त समजू शकतं का?

"आणि तिच्या दुसऱ्या पत्रात ती एका स्वप्नाचं वर्णन करते, त्याचं काय? तिला स्वप्नात असं दिसलं की, तू तिला एका बागेत जायला सांगतीयेस नि तिथे एका व्यक्तीला भेटून एका गुलाबाशी बोलायला सांगतीयेस! आणि कित्येक वर्षानंतर तू सांगितल्याप्रमाणे ती एकदम जाऊन तसं करून येते. तू म्हणाल्याप्रमाणे त्या व्यक्तीला भेटते आणि मजा म्हणजे गुलाबांशी कसं बोलायचं ते त्या व्यक्तीकडून शिकून येते! तुला वाटतं का की हे सर्व खरं असेल?

"असू दे आई. तू भेटीबद्दल काळजी करू नकोस. कदाचित चक्रम लोकांना जगणं सोपं जात असेल आणि हो, माझीदेखील काळजी करू नकोस. अजून मी वेडी झालेली नसल्याने, कदाचित मला त्रास होत असेल! कदाचित तू मला पारखी झाली नाहीयेस यावर माझा विश्वास बसत नाहीये. कदाचित आता तू हयात नाहीस; हा विचार मी टाळू शकत नाहीये. पण आई, तरीसुद्धा मी वेडी होणार नाही. सत्यापासून दूर पळण्याचा मी कधीच प्रयत्न करणार नाही आणि माझ्यासाठी मी एक स्वप्ननगरीपण निर्माण करणार नाही; कारण मी वयाने मोठी झालीये आणि तशीच राहणार आहे."

डायना उठून उभी राहिली, "आणि एके दिवशी" ती म्हणाली, "मी ह्या सर्व यातनांवर विजय मिळवणार आहे आणि तुझी मुलगी म्हणून घ्यायला लायक होणार आहे!"

११

कबरस्तानातून परतल्यावर जवळजवळ सर्व दिवस डायनाने झोपून घालवला. बँकेची देणी देणं, पदवीदानासाठी तयारी, आलेल्या ई-मेलना उत्तरे देणं, अशी सर्व कामं पडली असूनदेखील तिने त्या सर्व गोष्टी आणखी पुढे ढकलल्या.

तिला खरं म्हणजे 'काही करू नये' असं वाटत होतं, पण तसं नुसतं बसून तिच्यातला रितेपणा जास्तच वाढला. सरतेशेवटी तिनं किनाऱ्यावर फिरून येण्याचं तिनं ठरवलं.

कालच्यापेक्षा बागेत आज जरा जास्तच गर्दी होती. तरीदेखील तिला बसायला एक शांत कोपरा सापडला आणि तिथून ती पाणकोंबड्यांना पावाचे तुकडे टाकणाऱ्या मुलांकडे पाहू लागली. समुद्रात हळूहळू बुडत जाणारा सूर्य पाहून ती परत फिरली.

घरी जाताना परत ती त्या पायवाटेने निघाली. तिला त्या भिकाऱ्यासमोरून जायचं होतं, कारण तिला आशा वाटत होती की, त्याने आदल्या दिवशी केलेल्या भाकितासंबंधी कदाचित तो तिला आणखी काही सुचवेल.

भिकाऱ्यापाशी येऊ लागल्यावर तिला दिसलं की, आदल्या दिवशीप्रमाणेच तो त्याच्या आजूबाजूला निरखून पाहत होता. त्याच्यासमोर उभं राहून तिने सरळ त्याच्यावर नजर रोखली. आश्चर्य म्हणजे त्याने तिची काहीच दखल घेतली नाही. उलट तो इकडे-तिकडे पाहत बाजूने जाणाऱ्या इतर लोकांकडेच बघत राहिला. जणूकाही तो ज्या मुलीशी आदल्या दिवशी बोलला ती आत्ता त्याच्यासमोर उभी असलेली मुलगी नव्हतीच!

"हाय! मला आज माझं भविष्य सांगणार नाही का?"

ती काय बोलतेय ते त्याला जणू कळलंच नाही, असा चेहरा करून तो भिकारी म्हणाला, "आपली ओळख आहे का?"

"तुम्हाला आठवत नाही? मी तीच आहे!"

"मला माहिती आहे की, तू तूच आहेस. पण तू आहेस तरी कोण?" आता मात्र तो तिची थट्टा करतोय याची खात्री झाल्याने डायना पुन्हा वळून चालू लागली.

काही पावलं पुढे गेल्यावर चित्र रंगवण्यात मग्न असलेला तो चित्रकार तिला दिसला. ह्या वेळीदेखील त्याने तोच जुना शर्ट आणि निळी जीन्स घातली होती. तो जे चित्र रंगवत होता, त्यात तिला विशेष वेगळं काही आढळलं नाही; फक्त आता लाटांचा फेस जरा जास्त दिसत होता.

"तुम्ही आज जरा बऱ्या दिसताय" चित्रकार म्हणाला.

'संभाषण सुरू करायची ही किती 'विनम्र' तऱ्हा म्हणायची!' पण तरीसुद्धा परवा ती किती वाईट दिसली असेल, हा विचार तिला टाळता आला नाही.

"तुम्ही चित्र पाहणार नाही का?" चित्रकाराने विचारले.

"मलातरी असं वाटतंय की, तुम्ही काढत असलेल्या चित्रात फार काही फरक झालेला नाही."

"लाटांच्या उसळण्यामधली तीव्रता वाढली आहे, नाही का?"

"हो, हो, ते खरं आहे." डायना थोड्या उपहासाने म्हणाली, "कालचं चित्र पूर्णपणे वेगळंच होतं. आज जणूकाही मी दुसरंच एखादं चित्र बघतेय. वा! छान! आश्चर्य वाटतंय मला. केवळ दोन-चार वेळा ब्रश चालवून लाटांच्या पोटात किती वादळ लपलंय याचा अंदाज तुम्ही देऊ शकला आहात. मी फारच प्रभावित झालेय."

"अगदी तुमच्यासारखं!"

"काय म्हणालात?" डायनाने विचारलं.

"तुमच्या मनातलं वादळदेखील तुमच्या आत काय चाललंय ते दाखवतं."

त्याच्या या शेऱ्यामुळे डायना हादरली आणि खांदे उंचावून म्हणाली, "सॉरी, मी जरा जास्तच आगाऊ बोलले."

"असू दे, असू दे. पण आता सांगा की, चित्रात तुम्हाला खरोखर काय दिसतंय?"

"अं, तुमच्या इतर चित्रात उडत असलेला समुद्रपक्षी ह्या चित्रात तुम्ही अजून काढला नाहीत, असं दिसंतय."

"तुमचं निरीक्षण अगदी भारी आहे! मानलं तुम्हाला!"

"हं. लोकही असंच म्हणतात." डायना म्हणाली.

त्याचं अस्वच्छ रूप आणि अभिवादनाची पद्धत असंस्कृत असूनदेखील, त्या चित्रकाराचं थोडंफार शिक्षण झालं असावं, असं वाटत होतं.

"तुम्ही विद्यार्थी आहात का?"

त्याने नकारार्थी मान हलवली.

“म्हणजे तुमचं शिक्षण संपलेलं असणार.”

“शिक्षण सोडायच्या आधी मी अर्थशास्त्र शिकत होतो.”

‘पण का सोडलं?’ अशा प्रश्नार्थक मुद्रेने डायनाने त्याच्याकडे पाहिलं.

“कारण मला वेळीच कळून चुकलं की, अर्थशास्त्राचे धडे घेऊन माझी चित्रकला काही सुधारणार नाही.”

“पण तुम्हाला पेंटिंग चालू ठेवूनही अभ्यास करता आला नसता का?”

“मला वेळ नव्हता असं नव्हतं. अडचण अशी होती की, प्रत्येक चित्र पुरं केलं की त्या आधीचं जास्त चांगलं होतं असं मला वाटायचं.”

“जास्त चांगलं म्हणजे काय?” डायनाने विचारलं.

“म्हणजे इतर चित्रकारांप्रमाणे माझ्या मनात काय आहे ते मी कॅनव्हसवर उतरवतो. पण जसजसे दिवस जात होते, तसतसं मला जाणवत होतं की, माझे रंग फिक्के पडत चाललेत. त्यामुळे तुमच्या लक्षात आलं असेलच की, मी माझ्या मूळच्या रंगांच्या शोधात माझं शिक्षण सोडून दिलं.”

“हे फारच धैर्याचं आहे! माझं नाव डायना” असं म्हणत त्याच्याशी हस्तांदोलन करताना डायनाच्या डोळ्यात कौतुक दिसत होतं.

चित्रकाराने काही न बोलता फक्त हस्तांदोलन केलं.

त्याने परत एकदा तेच केलं. मागेदेखील तो तिच्याशी अगदी तटस्थपणे वागला होता. त्याने त्याचं नाव सांगितलं नाही किंवा डायनाला भेटून त्याला आनंद झाल्याचं सांगण्याचं सौजन्यदेखील त्याने दाखवलं नाही. ज्याने तिला आपलं नावदेखील सांगितलं नाही त्याच्याशी आधीच लांबलेलं संभाषण पुढे चालू ठेवण्यात डायनाला काही अर्थ वाटला नाही. “परत भेटू” असं म्हणून डायना तिथून सटकली.

तरीसुद्धा घरी परतताना रंग फिके पडण्याबाबत तो जे बोलला होता, त्यावर ती विचार करत राहिली. डायनाला वाटलं की, त्या चित्रकाराने जसे त्याचे मूळ रंग एकदा गमावले होते, तसेच तिनेही तिच्या आईचे कितीतरी मूळ रंग गमावले होते!

१२

डायना दृष्टिपथातून बाहेर पडल्यावर भिकाऱ्याने चित्रकाराकडे पाहून हात हलवला. आदल्या दिवशी जिचं भविष्य त्याने सांगितलं होतं, त्या सुंदर मुलीबाबत त्या चित्रकाराने भिकाऱ्यापाशी जाऊन अनेक प्रश्न विचारले होते.

भिकारी हसून म्हणाला होता, "पोरा, जरा थांब. माझ्या गिऱ्हाइकाशी माझं जे बोलणं होतं ते टिकत नाही. ते हवेत पार उडून जातं. तुला जे काही विचारायचं आहे ते तू स्वत:च जाऊन त्या पोरीला विचार. ती लवकरच परत इथे येईल. उद्या ती येईल. पण स्वत:कडे पाहा! माझ्यासारख्या थेरड्याकडे तू मदत मागतोयस! तू माझ्यासारखाच 'रूपवान' चित्रकार आहेस. मग तिला गटवण्यासाठी माझी मदत कशाला?"

थोडं शरमून त्या चित्रकाराने स्वत:ची बाजू मांडण्याचा प्रयत्न केला. "तुम्ही दोघं माझ्याकडे पाहत होतात ते मी पाहिलं, म्हणून साहजिकच मला कुतूहल वाटलं."

"पोरा, आता विनोद करू नकोस. ज्या वेधक डोळ्यांनी तिला रस्त्यावरून येताना पाहिलं आणि जे तिच्यावर खिळून राहिले, ते डोळे माझे नव्हते! तेव्हा भविष्य काय सांगायचं? तिला पाहताक्षणीच तिला भेटण्याची तुला इच्छा झाली. मी खोटं सांगतोय का? तसं असेल तर तुझ्या पक्षाला माझ्या डोक्यावर शिट करायला सांग!"

यापुढे काय बोलावं ते न कळल्याने काहीतरी सबब काढून तो चित्रकार तिथून निघून गेला. त्याच्या लक्षात आलं की, त्या म्हाताऱ्या भिकाऱ्याकडून त्याला काहीच माहिती मिळणार नव्हती.

तरीसुद्धा आत्ता, काही मिनिटांपूर्वी त्या भिकाऱ्याने हसून त्याच्या दिशेने हात हलवला होता. त्यामुळे त्याच्या मनात एक विचार चमकून गेला की, कदाचित तो भिकारी डायनाबद्दल काही सांगणार असेल. म्हणून त्या रात्री परत एकदा त्या भिकाऱ्याला भेटून आपल्या नशिबाचा कौल घ्यायचं त्या चित्रकाराने ठरवलं.

१३

चित्रकाराने त्याच्या जीपच्या कूलरमधून काढलेली संत्र्याच्या रसाची बाटली भिकाऱ्याच्या चटईवर मधोमध नीट ठेवून दिली. आदल्या रात्रीच त्या भिकाऱ्याने त्याला ताकीद दिली होती की, यापुढे नुसतं हात हलवत, काही न आणता यायचं नाही! आणि त्याने त्याला असंही सांगितलं होतं, ''पार्कमधले लोक घरी परतायला लागल्यावर ये. म्हणजे मला माझ्या गिऱ्हाइकांना परत पाठवायला लागणार नाही.''

''मग आता ह्या पाहुण्याचं स्वागत आहे की नाही?... कारण आता....''

''ज्यांना फार विचारायचं नसतं, अशा माणसांसाठी माझी ही जागा कायम खुली असते.''

''बरं बाबा, आज रात्री मी जास्त प्रश्न विचारणार नाही. पण आज ती परत फिरायला येईल, हे तुला कसं कळलं ते मात्र तू मला सांगायला पाहिजेस. तू काय तिचं भविष्य बघितलंस की काय? अरे हो, पण आज तुला द्यायला माझ्याजवळ चार डॉलर मात्र नाहीयेत.''

''माझा भविष्य सांगण्यावर विश्वास नाही.'' तो भिकारी म्हणाला, ''लोकांना त्यांचं भविष्य ऐकायचं असतं म्हणून मी सांगतो. नाहीतर त्यांना मी सांगतो की, मला विचारू नका. तुम्हीच शोधून काढा.''

''म्हणजे तुला भविष्य सांगताच येत नाही असं म्हणायचंय का तुला?''

''अरे बाबा, तसं नाही. मलाही प्रतिष्ठा आहे. मला माझ्या कामाबद्दल आदर आहे. खरंतर भविष्य हे एका खेळाचं नाव आहे. राख, पाणी, भांडी ह्या सर्व वस्तू फक्त दिखाव्यासाठी आहेत. लोकांना काहीतरी नाटक करून दाखवायला लागतं – सिनेमात असतं तसं! समज, आपण सांगितलेलं जरी सगळं खरं व्हायला लागलं ना, तरी काहीतरी गंमत-जंमत करून दाखवल्याशिवाय त्यांचा त्यावर विश्वास बसणार नाही. 'भविष्य' हे एक नाव दिलंय नुसतं. खरं म्हणजे मी चेहरा

निरखून पाहतो आणि त्यावरचे भाव वाचतो. चेहऱ्यावर सर्व स्पष्ट दिसतंच की!''

''म्हणजे काय म्हणायचंय तरी काय तुला?''

''म्हणजे हे बघ. त्याचं काय आहे की, ती छोकरी तुझ्याशी बोलताना मी नीट पाहिली. मला काय दिसलं? मला तिच्या चेहऱ्यावर दिसलं की, तिला तुझी चित्र आवडतात. मग मला कळलं की, ती कधीतरी लवकरच परत येणार! त्यामुळे ते तुला भविष्य सांगितल्यासारखं वाटलं, एवढंच!''

''म्हणजे तिने फिरायला निघणं ही मला भेटण्याची युक्ती होती?''

भिकाऱ्याने खांदे उंचावून म्हटलं, ''मला तिच्या मनातलं कसं कळणार? मी काही मनकवडा नाही. कारणं मला माहीत नाहीत. मला नुसते निकाल कळतात; पण आता ते सर्व सोड आणि मला तुझ्याबद्दल काहीतरी सांग. 'ती मुलगी छान आहे' वगैरे असू दे; पण तू कोण आहेस ते तरी सांग. तू कुठला आहेस, कुठे निघाला आहेस? तू पायाला भिंगरी लावून आला असशील असं वाटतं.''

''हो. तसंच जवळजवळ. मी सॅन डिएगोहून आलोय आणि असाच समुद्रकिनाऱ्याने चित्र काढत काढत परत घरी जाणार आहे. तू तिकडे जे चित्र पाहतोयस ते या उन्हाळ्यातलं माझं पहिलं चित्र आहे. खरं म्हणजे माझ्या बेताप्रमाणे मी कालच ते चित्र संपवून ३० मैल पुढे गेलेलो असायला पाहिजे होतो. माझ्या दुसऱ्या चित्रासाठीसुद्धा... राहू दे. बाकी सर्व तुला माहीत आहेच.''

''त्या छान छोकरीला पाहिल्यावर ते चित्र संपवायचं राहूनच गेलं! बाबा, अशी हुरहुर, असा शोध घेणं किती गोड असतं! एकदा भेट पूर्ण झाली की, ती मजा संपते. हो ना? छान! छान आहे हे! ते चित्र आणखी काही दिवस तसंच पडू दे!''

भिकाऱ्याने दिवसभराच्या कमाईचा पैशांचा कटोरा चटईवर उपडा केला नि मग तो रसाने भरून चित्रकारासमोर ठेवला आणि स्वत: त्या बाटलीतूनच एक घोट घेतला.

''तुझं सॅन डिएगो भीक मागायला कशी काय जागा आहे?''

''मला काही कल्पना नाही. आणि ते सॅन डिएगो 'माझं' आहे असंही मला म्हणता येणार नाही, कारण मी खरा न्यूयॉर्कचा आहे. कॉलेज सोडेपर्यंत मी बोस्टनला होतो. नंतर मी सॅन डिएगोला जाऊन माझ्या मित्राकडे राहिलो.''

''तुझे आईबाप काय म्हणाले तू कॉलेज सोडल्यावर? तू सोडलंस, पण मी ऐकलं होतं की, कॉलेजमध्ये शिकल्यावर खूप पैसे मिळतात म्हणून? हो ना?''

''माझ्या आईवडलांनी माझ्याकडून पैशाची अपेक्षा कधीच केली नाही. त्यांचं व्यवस्थित चाललं आहे. पण मी विशेष काहीतरी छान करावं अशी त्यांची अपेक्षा होती. त्यांना वाटत होतं की, मी चांगला बँकर व्हावं किंवा तसाच काहीसा चांगला व्यवसाय स्वीकारावा. म्हणून मग मी हार्वर्ड सोडून दिलं, ते त्यांना अजिबात पटलं

नाही. पण मला दुसरा पर्याय नव्हता, कारण मला चित्रंच काढायची होती.

"हार्-वर्ड ना? हो, हो, त्याबद्दल मी ऐकलंय. मला वाटतं की, हे तू त्या मुलीलादेखील सांगितलं असशील."

"नाही."

भिकाऱ्याने चमत्कारिकपणे चित्रकाराकडे निरखून पाहिलं!

"मुला, मला वाटतं की, एक तर तू वेडा तरी आहेस किंवा तुला त्या मुलीवर भाव तरी मारायचा नाहीये." तरी यांपैकी काय खरं आहे ते तुलाच माहीत!"

चित्रकार हसला.

"मुला, तुला हवंय तरी काय?" भिकाऱ्याने विचारलं, "तिनं तुला फालतू समजावं असं वाटतंय का तुला? नुसती धनगर आणि त्यांच्या मेंढ्या वगैरेंची चित्र विकून काही जमणार नाही. तू कोण आहेस ते तिला सांग. नाहीतर तू कोण आहेस ते तिला कसं कळेल?"

"मला माहीत नाही. मी केवळ हार्वर्डमध्ये शिकत होतो म्हणून तिने मला वेगळ्या नजरेने पाहावं, हे काही खरं नाही. उलट जो मी नाहीये त्याच्यावर तिनं प्रेम केलं तर ती मला शिक्षाच वाटेल."

"काय बोलतोयस? कोण कुणावर प्रेम करतंय आणि कोण कुणाला शिक्षा देतंय!"

"मी केवळ हार्वर्डला गेलो होतो म्हणून तिला मी आवडणार असेन, तर त्यापेक्षा तिला मी न आवडलेलाच बरा. कारण माझं शिक्षण म्हणजे काही मी नाही किंवा माझी नोकरी, माझी बुद्धी वगैरे सर्व गोष्टींची बेरीज म्हणजे मी नक्कीच नाही."

"म्हणजे तू कोण आहेस हे तुला माहीत आहे ना रे बाबा?"

"हं, म्हणजे मी फक्त... मी म्हणजे मी आहे."

"मुला, आता तू माझं ऐक. ती फुललेल्या चेहऱ्याने डोळे विस्फारून तुझ्याकडे पाहताना किती मोहक दिसेल! 'हार्-वर्ड' हा शब्दचमुळी तिला संगीताप्रमाणे वाटेल! तिला नुसतं 'हार्-वर्ड' असं सांग. कदाचित तू लकी ठरशील."

चित्रकार नकारार्थी मान हलवत म्हणाला, "नको बाबा, ते फारच धोक्याचं वाटतं. माझ्यापेक्षा कुणीतरी चांगला मुलगा असेलच; पण माझ्यासारखा कुणीच नसेल. तुला माहीत आहे का की, प्रत्येकाच्या बोटाचे ठसे वेगवेगळे असतात! मलातर वाटतं की, आपल्या प्रत्येकाच्या अंतर्मनाचादेखील एक ठसा असतो! पण आपण त्याच्यावर तऱ्हतऱ्हेचे मोजे चढवून तो लपवलेला असतो."

"अरे बाप रे, हा वेडा मुलगा आता मोज्यांबद्दल बोलायला लागला!"

"सॉरी" चित्रकार हसत म्हणाला.

"मग तुला त्या छोकरीकडून काय हवंय?"

“मला माहीत नाही. उद्या ती इकडे येईल असं तुला वाटतंय का?”

“सॉरी मुला, भविष्य सांगायचे चार डॉलर्स लागतील. ज्यांना काय हवंय तेच माहीत नाही त्यांना मी फुकट सांगू शकत नाही.”

“तुझं म्हणणं बरोबर आहे.”

थोड्या शांततेनंतर चित्रकार म्हणाला, “बरंय तर, आता मला गेलं पाहिजे.”

“जशी तुझी इच्छा! बरं, पण पुढच्या वेळेस येताना माझ्यासाठी बीटरूटची बिअर मात्र नक्की घेऊन ये. मोठी जंबो साइझची बाटली बरं का!”

सर्व चित्रं जीपमध्ये ठेवल्यावर चित्रकार चांदण्यांमध्ये आरामात एका निवांत ठिकाणी बसला. पौर्णिमेच्या चंद्राचा प्रकाश पाण्यावर पडला होता. तो प्रकाश क्षितिजावर पोहोचेतोपर्यंत रुंदावत गेला होता. त्याने त्या दृश्यावर नजर खिळवली आणि मग तो विचार करू लागला की, त्याला हवी असलेली चमक तिच्या चेहऱ्यावर नसतानादेखील त्याला त्या मुलीचं एवढं आकर्षण का वाटावं?

१४

अशाच एका नेहमीसारख्याच कंटाळवाण्या आणि न संपणाऱ्या दिवसाच्या शेवटी डायना आईच्या फोटोकडे निरखून पाहत होती.

"आई, समजा मी विचार बदलून मेरीच्या शोधात निघाले, तरी त्याने काय फरक पडणार आहे? तुला असं वाटतं का की, नुसत्या एका नावावरून आपल्याला तिच्यापर्यंत पोहोचता येईल? आणि ते नावदेखील अशा बाईचं की, जिने कित्येक वर्षांपूर्वी 'गुलाबाशी कसा संवाद साधायचा' ते मेरीला शिकवलं होतं, असं म्हणतात!"

तिने दीर्घ निःश्वास सोडला, "एक क्षणभर आपण असं समजू की, मी हजारो मैलांचा प्रवास करून ते ठिकाण ज्या देशात असेल तिथे पोहोचले आणि समजा त्या बाईचं घरदेखील मला सापडलं, तरी ती बाई अजून जिवंत आहे की नाही ते आपल्याला कुठे माहीत आहे? आणि ती जिवंत असली, तरी एके काळी परदेशातली एक मुलगी तिच्याकडे येऊन गेली होती ते तिला आता आठवेल का? हा, पण तिने मेरीला खरोखरच गुलाबांशी बोलायला शिकवलं असलं, तर मात्र तिला आठवू शकतं; पण आई, हे सर्व खरं असू शकेल असं तरी नक्की कुठे माहीत आहे आपल्याला?

"आणि समजा तिला आठवत असलं, तरी त्याचा उपयोग काय? कारण मेरी आत्ता कुठे आहे हे तिला कसं माहीत असणार?"

"मी खरोखरच तिथे पोहोचले, तिला नम्रपणे विचारलं की मॅडम, तुम्हाला आठवतं का मला माहीत नाही, पण खूप वर्षांपूर्वी एक परदेशी मुलगी तुमच्याकडे राहिली होती. तिचं नाव मेरी होतं. आठवतं? तिला तुम्ही गुलाबांशी कसं बोलायचं ते शिकवलं होतं? आता मला एक सांगा की, ती मुलगी मला कुठे सापडेल?

"आई, हा प्रश्न मी त्या बाईला विचारल्यावर ती बाई काय करेल असं तुला

वाटतं? बहुतेक ती एकदा छान हसेल. पण तोच प्रश्न मी तिच्या स्टाफला किंवा तिच्या इतर आप्तांना परत परत विचारेन तेव्हा ती नम्रपणे मला तिथून जायला सांगेल. मग जर मी तिला म्हटलं की, मेरी कुठे आहे ते कळल्याशिवाय मी इथून एक इंचदेखील हलणार नाही, मग मला बाहेर उचलून टाकायच्याऐवजी ती अमेरिकी वकिलातीत फोन करेल. पण मी सोडणार नाही. मी त्या लोकांनासुद्धा 'मेरी कुठे आहे?', 'मेरी कुठे आहे?' हा प्रश्न सारखा विचारून भंडावून सोडेन.'

"आणि मग काय? मी वेडी आहे असं समजून, मी वेडी असल्याचा रिपोर्ट माझ्या हातात ठेवून, पहिल्या फ्लाईटने ते मला घरी पाठवतील आणि विमानतळावर पांढरा गणवेश घातलेले लोक मला ताब्यात घ्यायला थांबलेले असतील. ते जवळच्या मेंटल हॉस्पिटलमध्ये मला नेऊन पोहोचवतील.

"आणि बरं का आई, ही मात्र छान गोष्ट असेल, कारण ती एकच जागा अशी आहे की, जिथे मला मेरी भेटू शकेल!"

१५

सॅन फ्रान्सिस्कोमधल्या सगळ्या पिंगट केसांच्या मुली आज त्या बागेत जमल्या होत्या की काय! एवढंच नव्हे, तर सगळ्यांनी जणू डायनासारखं दिसायचंही ठरवलं होतं. पण जवळ गेल्यावर मात्र चित्रकाराच्या पदरी निराशाच येत होती. गेले दोन दिवस तो डायना बागेत येईल म्हणून वाट बघत होता.

आपली धड ओळखही नाही अशा मुलीसाठी आपण आपला पुढचा बेत असा बदलला म्हणून तो स्वत:वर रागावलाही होता, पण तरीही तो बाग सोडायला तयार झाला नव्हता.

'प्रेम करून बघायचं. नाही जमलं तर मोडायचं' या पद्धतीवरचा त्याचा विश्वास उडाल्यापासून गेल्या बऱ्याच काळात त्याने कुणा मुलीशी नातं जुळवलंच नव्हतं. त्याच्या हेही लक्षात आलं होतं की, नवीन नातं जुळवणं म्हणजे अंती ताटातूटच! तेव्हा क्षोभ, दु:ख टाळायचं तर 'एकला जीव सदाशिव' हेच बरं, असं त्याला वाटायचं.

पूर्वी कुठलंही नातं तुटणं ही नव्या नात्याची सुरुवात आहे, असं त्याला वाटे. त्यामुळे आपलं काही नुकसान होतं असं त्याला वाटत नसे; पण लवकरच त्याला कळून चुकलं की, मागच्या सर्व नातेसंबंधाचे भग्नावशेष पुढच्या नात्यामध्ये ओढले जातातच.

त्याच्या हेदेखील लक्षात आलं होतं की, नातेसंबंध तुटल्यावर बहुतेक लोकांना असं वाटतं की, यात आपल्यावर अन्याय झाला आहे. सर्वांना असंच वाटतं की, या नात्यासाठी मी इतकं सारं केलं, पण माझ्या सहचराने मात्र तशी साथ दिली नाही.

तीन वर्षांपूर्वी तो आणि त्याची प्रेयसी जेव्हा वेगळे झाले तेव्हा त्याचीही अशीच गत झाली होती. त्यांच्यातल्या दुराव्याचं कारण जाणण्यासाठी त्याने

कित्येक आठवडे प्रयत्न केला होता. माझ्या सहचरामुळेच माझं वाईट झालं असं दोघांना का वाटलं होतं, हे त्याला समजत नव्हतं. परंतु एके दिवशी दोन समुद्रपक्ष्यांना आकाशात स्वच्छंद भराऱ्या मारताना पाहून त्याला त्याच्या प्रश्नाचं उत्तर सापडलं होतं.

त्या दिवशी तो राहत्या घराजवळच्या टेकडीवर चित्रं काढायला बसला होता. तो चित्र काढण्यात मग्न असताना अचानक त्याने एक समुद्रपक्षी जवळच्या टेकड्यांवरून उडून पाण्याच्या दिशेने सूर मारत निघालेला पाहिला. लगेचच दुसरा एक समुद्रपक्षी समोरच्या टेकड्यांवरून उडून पाण्यावरच्या त्याच जागेकडे झेपावला. त्या दोघांची टक्कर होणार इतके ते जवळ आले, पण लगेचच ते दोघंही एकत्र झाल्यासारखे एकदम आकाशात असे उंच झेपावले की, जणूकाही त्यांनी एकमेकांना पंखांनी धरलं होतं. बाजूच्या टेकड्यांपेक्षाही ते उंच आकाशात झेपावत गेले.

त्या दोन पक्षांच्या भरारीचं ते विलोभनीय दृश्य पाहताना त्याला वाटलं की, संपूर्णपणे एकजीव होण्यासाठी दोघांनाही प्रथम वेगवेगळं व्हावं लागत असणार.

तरीसुद्धा नवीन नातं जोडताना बहुतेक जण पूर्वीचे आपले बंध सोबत आणतात. मग पूर्वीच्या नात्यात अनुभवलेला अविश्वासाचा भाव, गैरसमज किंवा बचावनीती ह्या सर्व गोष्टींमुळे या नवीन संबंधातही ते लोक मनमोकळेपणाने वावरू शकत नाहीत. मागच्या संबंधात दुसऱ्याने त्यांच्याशी गैरवर्तन केलं, ही भावना कदाचित त्यांच्या दृष्टीने बरोबरही असेल. त्यांची चूक ही असते की, त्यांच्यावर अन्याय झाला हा भूतकाळ मागे सोडून देणंच त्यांना जमत नाही.

ते दोन्ही समुद्रपक्षी आपापली 'पूर्वीची' जागा सोडू शकले होते. पाण्याच्या पृष्ठभागापर्यंत एकाच जागेकडे सूर मारून अगदी जवळ येऊ शकले होते आणि लगेच आपलं स्वत:चं वेगळं अस्तित्व विसरू शकले होते. म्हणूनच नंतर ते एकजीव झाल्यासारखे परत आकाशात आणखी उंच भरारी मारू शकले होते.

त्या दिवसापासून चित्रकार नेहमी समुद्रपक्षी रंगवू लागला होता. पण बऱ्याच दिवसांपासून त्याचा समुद्रपक्षी आकाशात एकटाच भरारी मारून थकला होता आणि तो पाण्याकडे सूर मारण्याच्या क्षणाची आतुरतेने वाट पाहत होता. कदाचित हा किनारा त्यासाठी योग्य नव्हता. तरी अजूनही हा किनारा तो सोडू शकत नव्हता आणि तिथेच घिरट्या घालणं त्याने चालू ठेवलं होतं.

बराच अंधार पडल्यावर चित्रकाराच्या लक्षात आलं की, डायना त्या रात्रीदेखील समुद्रकिनाऱ्यावर येणार नव्हती.

१६

अविरत स्वप्नांनी डायनाला अर्धा तासदेखील डुलकी घेऊ दिली नाही.

राजवाडा आणि गुलाबाच्या ताटव्यांच्या दृश्यांचे विखुरलेले तुकडे मनातून काढून टाकण्याचा तिने खूप प्रयत्न केला, पण ते अशक्य होतं. ते मनातून काढून टाकता येत नव्हते, तरी त्यांचा काही अर्थ तरी उलगडावा असं तिला वाटत राहिलं. पण तेदेखील अशक्यच झालं होतं.

ती उठली नि तिने जॉगिंगचे कपडे चढवले. थोडं चाललं किंवा चित्रकाराशी थोडा वेळ गप्पा केल्या तर बरं वाटेल, असं तिला वाटलं.

डायना येत असलेली पाहून राजाच्या रुबाबात चटईवर बसलेला तो म्हातारा भिकारी त्याला मिळालेली नाणी मोजू लागला. आजही त्याला तिची दखल घ्यायची नव्हती, असं दाखवायचा तो प्रयत्न करत होता. डायनाला त्याचं काहीच विशेष वाटलं नाही. नाहीतरी तिला आता त्या भिकाऱ्यापासून काहीच जाणून घ्यायचं नव्हतं.

चित्रकार त्याच्या नेहमीच्या जागी चित्र रंगवत बसला होता.

"हं, आज तुमचे रंग काय म्हणतात?" डायनाने त्याला विचारलं.

"छान. तुमचे कसे आहेत?"

"ठीक आहेत मिस्टर अमुकतमुक"

"जॉन किंवा मॅथिअस, काहीही म्हणा."

"तुम्हाला दोन नावं आहेत का?"

"म्हणजे त्याचं काय आहे, एक दुभंगलेलं व्यक्तिमत्त्व समजा हवं तर!"

"म्हणजे काय म्हणायचंय तुम्हाला?"

"मॅथिअसला इथे, या जगात राहून स्वत:ला हरवून टाकायचं आहे! पण जॉनला कुठेतरी दूर उडून जायचं आहे!"

"उडून कुठे जायचं आहे?"

"काय माहीत? ह्या जगाच्या पलीकडे कदाचित."

"अस्सं! मॅथिअस म्हणजे ह्या भागात जरा दुर्मीळच नांव म्हणायचं."

मागच्या भेटीत डायना जसं म्हणाली होती, तसंच मॅथिअस म्हणाला, "लोक असं म्हणतात खरं!"

डायना चित्र पाहायला वळली. चित्रात अजून समुद्रपक्षी काढलेले नसल्याने चित्र अजून तरी पुरं झालं नव्हतं. तिने चित्र बराच वेळ न्याहाळलं, पण त्याबद्दल ती काहीच शेरा देऊ शकली नाही.

तिच्या गप्प राहण्याच्या आणि त्यानंतर ओघाने तिथून निघून जाण्याच्या शक्यतेमुळे मॅथिअस अस्वस्थ झाला. तिला जास्त जाणून घेण्याच्या उद्देशाने त्याने केवळ आपली दैनंदिनीच बदलली नव्हती, तर जिथे आंघोळीला गार पाणी असायचं, संडासात फ्लश नव्हता आणि अरुंद, ओबडधोबड अंथरूण होतं अशा एका घाणेरड्या हॉटेलमध्ये तो कित्येक दिवसांपासून राहायला लागला होता.

"हं" मॅथिअस म्हणाला, "आज मला स्फूर्तीच येत नाहीये. आज जरा बदल म्हणून कोपऱ्यावरच्या कॉफी शॉपमध्ये कॉफी मारायचा बेत मी करत होतो. तुला माझ्याबरोबर यायला आवडेल का?"

मनाच्या थोड्या द्विधावस्थेनंतर निरुत्साही आवाजात डायना म्हणाली, "हं, चालेल. रोजच्या धावपळीपासून मलाही जरा श्वास घ्यायला मिळेल.

मॅथिअसने त्याचा ब्रश फळ्याच्या तळाशी नीट ठेवला.

"चला, जाऊ या."

ते त्या कॅफेजवळ पोहोचले तेव्हा त्याच्या लक्षात आलं की, त्याला वाटलं होतं (आणि त्याला हवं होतं) त्यापेक्षा ते कॅफे जास्त भपकेबाज होतं.

१७

तिथे कातडी आवरणाची टेबलं होती, विशेष प्रकाशरचनेचे दिवे होते. कोपऱ्यात तांब्याचं आवरण असलेले फायर इक्स्टिंग्विशर ठेवले होतं. जिथे बिडाच्या खुर्च्यांवर बसून, एका कॉफीच्या कपाला १० डॉलर मोजून तिथला गजबजाट ऐकून धन्य वाटणारी गिऱ्हाईकं येतं, असं ते ठिकाण होतं. मॅथिअस सॅन फ्रान्सिस्कोमध्ये १०० वर्षं राहिला असता, तरी अशा तऱ्हेच्या रेस्टॉरंटमध्ये जाण्याचा विचार त्याने केला नसता! पण दुर्दैवाने त्याला जवळपास दुसरं कॅफे सापडलं नव्हतं.

एका खिडकीजवळच्या टेबलाशी ते बसत होते, तेवढ्यातच एक वेटर तिथे उगवला.

“मी आपली काय सेवा करू?”

एक फ्रेंच व्हॅनिला कॉफी आणि एक एस्प्रसो कॉफी अशी ऑर्डर देऊन वेटरला चटकन घालवल्यावर मॅथिअसने आजूबाजूला नजर टाकली. “काय पण स्फूर्तिदायक जागा आहे!”

“स्फूर्ती? बरं, बरं.” डायना म्हणाली, “मी स्वत:देखील कधी काळी चित्र काढायचे. पण खरं सांगायचं तर स्फूर्ती मला कधी भेटलीच नाही. मला वाटतं की, एखादा खरा चित्रकार आणि एखादा गंमत म्हणून चित्र काढणारा माणूस यांच्यात हाच फरक असावा.”

“मला नाही वाटत की स्फूर्ती अत्यावश्यक आहे.”

“तुला नाही वाटत?”

“मला वाटतं की, चित्र काढण्यापेक्षा चित्र संपवायला जो वेळ लागतो त्यात स्फूर्ती कळून येते. काही चित्र दोन-तीन दिवसांत पूर्ण होतात, तर काही चित्रं वर्षं घालवली तरी पूर्णच होत नाहीत आणि माझ्या चित्रांमध्ये पाहशील, तर तसा

फरकही दिसत नाही.''

''हं. बरोबर. मी त्याबद्दल तुला विचारणारच होते की, तू नेहमी समुद्राचं चित्र का काढतोस? त्याशिवाय तू दुसरं काही काढत नाहीस का?''

''नाही, बरेच दिवसांत नाही काढलं. मी काही वर्षांपूर्वी फार मोठ्या वादळाच्या स्थितीतून गेलो होतो आणि तेव्हापासून मी फक्त समुद्रच काढतोय.''

''कोणत्या तऱ्हेचं वादळ? मी विचारलं तर चालेल ना?''

''ते फार विचित्र होतं. माझ्या पूर्वीच्या नात्याचा शेवट होऊ लागला तेव्हा त्याला सुरुवात झाली. एखाद्या दिवशी कोणी माझ्याकडे आला, तर त्याला बेसबॉल बॅट घेऊन पळवून लावावं, असं मला वाटायचं. पण दुसऱ्या दिवशी कोणी आलं नाही तर मला बरं नाही वाटायचं. सरतेशेवटी, माझी मला नीट ओळख करून घ्यायला मदत होईल, या आशेने मी माझ्या भावनांच्या लहरी कॅनव्हासवर ओतायचं ठरवलं.

''पण मग या समुद्रपक्षाचं काय?''

''एक लांबलचक कहाणी आहे ती. तुला ऐकायला आवडेल की नाही? शंका वाटते.''

''सांगून तर पाहा!''

तिच्या चेहऱ्यावरचा निश्चयी भाव पाहून त्याने ती दोन समुद्रपक्षांच्या भरारीची गोष्ट तिला सांगायला सुरुवात केली. तो अगदी तपशिलात शिरला नाही, पण तरीदेखील डायना त्याचा संदर्भ त्याच्या चित्रामधल्या एकट्या पक्षाशी लावू शकली.

त्यांचे कॉफीकप काळजीपूर्वक टेबलावर ठेवून वेटरने पुढच्या ऑर्डरबद्दल विचारणा केली. त्यांनी नकारार्थी मान हलवल्यावर त्यांना अभिवादन करून वेटर तिथून निघून गेला.

''तू अजूनही समुद्राची चित्र रंगवतोस, म्हणजे तुझं वादळ अजूनही शांत झालं नाहीये का?''

''हं, आता ते निवळलंय, पण त्यातच मला एक गोष्ट जाणवली की, मला नेहमी निरनिराळी चित्रं काढायला आवडतं.''

डायना आता गोंधळलेली दिसली. कारण काही क्षणांपूर्वीच तो म्हणाला होता की, तो फक्त समुद्राचीच चित्र काढतो आणि आता म्हणत होता की, निरनिराळी चित्रं रंगवायला आवडतं.

''मी जसजसा एकाच किनाऱ्याची चित्रं एका पाठोपाठ एक अशी काढत गेलो तेव्हा माझ्या लक्षात आलं की, जी गोष्ट चित्रामध्ये जास्त बदलत नव्हती तीच गोष्ट प्रत्यक्षपणे सर्वात जास्त बदलत होती. ती गोष्ट म्हणजे समुद्र!''

✤ ✤ ✤

काही वेळापूर्वी मॅथिअसने स्वत: आणि समुद्र यांच्यातलं सांगितलेलं साम्य आठवून ती म्हणाली, ''म्हणजे तुझ्याप्रमाणेच का?''

''तसं प्रत्येकासारखंच. रोज सकाळी आरशात पाहताना प्रत्येकाला असंच वाटतं की, आपण तीच व्यक्ती परत पाहतोय. तसंच कित्येक वर्षांनंतर भेटल्यावर आपल्या मित्रांनादेखील असं वाटतं की, आपण त्याच माणसाला भेटतो आहोत!''

''खरं आहे.'' डायना म्हणाली, ''आणि त्यांना जरी काही फरक आढळला, तरी तो सहसा एखाद्याच्या हेअरस्टाईल किंवा वजनाबद्दल वाटतो.''

''अगदी बरोबर! समोर उभा असलेला माणूस बदलला असेल, असा विचार ते कधीच करत नाहीत. मला स्वत:ला असं वाटतं की, माणूस काही दिवसांतदेखील बदलू शकतो.''

'हल्ली सर्वच गोष्टींनी मला किती बदलायला भाग पाडलंय!' असा विचार मनात आल्यावर डायनाने नजर खाली वळवली.

मॅथिअसने तिच्या हाताला हळुवारपणे स्पर्श केला ''मला माफ कर. मी काही चुकीचं बोललो नाही ना?'' तो म्हणाला.

''नाही, नाही, तू जे म्हणालास त्याने मला एका गोष्टीची आठवण झाली एवढंच.''

कोपरांवर पुढे झुकून मॅथिअस तिच्या थोडा जवळ सरकला आणि म्हणाला, ''तुला ती सांगायला आवडेल का?''

''हो. पण परत कधीतरी... नंतर....''

त्यांना अजून काही हवंय का, हे विचारण्यासाठी वेटर परत त्यांच्यासमोर उगवला. डायना मॅथिअसकडे वळून म्हणाली, ''तू अजून काही घेशील का? मी चॉकलेट बिस्किटं घेईन म्हणत्ये.''

''होय. ती मस्त असणार! मीसुद्धा चॉकलेट बिस्किटं घेईन.''

''मला माफ करा.'' वेटर म्हणाला. ''मी आत्ताच पलीकडच्या टेबलावर नेऊन दिली. आता तशी फक्त दोनच उरलीयेत. म्हणजे एकच प्लेट. मग त्यांच्या जोडीला एक एक व्हॅनिला बिस्किट घालून दोन बनवून आणू का?''

दोघांनी नाइलाजाने 'हो' म्हटलं.

१८

अजून बिस्किटं आली नव्हती, पण ती दोघं संभाषणात इतकी गढून गेली होती की, ते त्यांना जागवलंच नाही. तरीसुद्धा ती उरलेली दोन चॉकलेट बिस्किटं दुसऱ्या कोणत्या गिऱ्हाइकाला मिळायला नकोत म्हणून मॅथिअसला अजून एकदा त्या वेटरला आठवण करून द्यावीशी वाटत होती. तेवढ्यात दोन प्लेट्स घेऊन तो वेटर आला.

व्हॅनिला बिस्किटाचा एक तुकडा मोडत डायनाने मॅथिअसला विचारलं, "तुझं ध्येय काय आहे? मला चित्रांच्या बाबतीत म्हणायचंय."

"माझं फक्त एकच ध्येय आहे. चित्र रंगवणं."

"ध्येय हे भविष्य काळाबद्दल असतं, नाही का?"

"ओ, भविष्यातलं!" मॅथिअस हसून म्हणाला, "हं, एक म्हण आहे जी मला खूप आवडते. ती अशी – जोपर्यंत काळ पुढे धावतो आहे तोपर्यंत ज्या भविष्याने आपण भारावलेले असतो, ते भविष्य म्हणजे एक न अनुभवलेला भूतकाळच असतो."

चॉकलेटबिस्किटाचा पहिला तुकडा तोडताना, त्याच्या बोलण्यातलं डायनाला काय उमगलं असेल, याचा तो विचार करू लागला.

काही वेळाने डायना म्हणाली, "मला वाटतं की, तुला असं म्हणायचंय की, भविष्यातला प्रत्येक दिवस हा पुढचा दिवस उगवल्यावर भूतकाळ बनतो. म्हणून येणाऱ्या प्रत्येक दिवसाला आपण भविष्यकाळातला दिवस मानलं, तरी खरं म्हणजे त्याला आपण भूतकाळातला उशिरा उगवणारा दिवस म्हणायला पाहिजे. मला बरोबर समजलंय ना?"

"याहून जास्त चांगलं स्पष्टीकरण देणारी व्यक्ती मला अजून भेटली नाहीये!"

"पण हे सर्व फारच जड तत्त्वज्ञान वाटतं आणि मला नाही वाटत की,

रोजच्या व्यवहारात त्याचा प्रत्यक्ष काही उपयोग असेल!''

''ए'' तो हसून म्हणाला, ''मला फक्त तुझ्या प्रश्नाला उत्तर द्यायचं होतं, एवढंच!''

''ओ, मग हरकत नाही.''

''मला इतकंच म्हणायचंय की, जो काळ खरोखर आपल्याबरोबर असतो – म्हणजे वर्तमानकाळ – त्यातच मला माझी ध्येयं साध्य करायला आवडेल आणि म्हणूनच चित्र काढणं आणि रंगवणं ह्यालाच मी माझं ध्येय मानलंय.''

''पण तुझ्या पुढच्या काळातल्या काही योजना असतील की!''

''होय, योजना आहेत ना! मी असं ठरवलंय की, समुद्राच्या काठाकाठाने चित्र काढत सॅन डिएगोजवळच्या माझ्या लहानशा गावात मी परत जाणार आहे. उन्हाळ्याच्या अखेरीस, मी जिथे जिथे चित्र काढली त्यांपैकी एका जागी मी एक प्रदर्शन भरवणार आहे.''

मॅथिअस सॅन फ्रान्सिस्कोचा नव्हता, हे तिनं अगोदरच ताडलं होतं. तरीसुद्धा 'सॅन डिएगोजवळच्या एका लहान गावात' हे तो अशा तऱ्हेने म्हणाला की, जणूकाही ती एक क्षुल्लक बाब होती; पण त्यामुळे डायनाच्या मनात एक ओळखीची भावना जागृत झाली – एकटेपणाची!

''आणि'' तिच्या विचारांमध्ये व्यत्यय आणत मॅथिअस म्हणाला, ''मी प्रदर्शनासाठी एक नावदेखील ठरवलं आहे – 'कॅलिफोर्नियाचा बदलता समुद्र!'

''वा, नाव छान वाटतंय ऐकायला!''

''पण ही योजना वेळेवर संपू शकेल याची मला खात्री वाटत नाही आणि इतरही कित्येक गोष्टी मला माहीत नाहीत. समजा, मी ही योजना वेळेवर संपवली, तरी प्रदर्शन भरवायला माझ्याजवळ पैसे उरतील की नाही? आणि जर उरले, तर त्यासाठी मला योग्य जागा सापडेल की नाही? आणि ती जरी सापडली, तरी प्रदर्शन भरवण्यासाठी शासनाकडून परवानगी मिळेल की नाही? आणि जरी ती मिळाली, तरी जाहिरातीसाठी खर्च करायला मला जमेल की नाही? आणि ते न जमलं, तरी कुणाला माझी चित्र आवडतील की नाही? आणि त्यांना ती आवडली तरी माझं समाधान होईल का नाही? आणि या सर्व गोष्टी जरी ठरवल्याप्रमाणे पार पडल्या तरी मी सुखी होईन की नाही? आणि झालो, तरी ते किती काळ टिकेल? आणि ते सुख खूप काळ टिकलं, तरी ते कधीतरी संपेल ह्याची भीती मला वाटेल का? अशा प्रकारच्या मला माहीत नसलेल्या गोष्टींची यादी पुढे वाढतच जाते.''

''हो ना, पुढे वाढतच जाते.'' नकळत डायनाने सुरात सूर मिळवला.

''आणि म्हणूनच, चित्र काढणं हे एकच ध्येय मी ठरवलं आहे!''

''बरं, समज तुझं प्रदर्शन खरंच भरलं, तर ते कुठच्या जागी भरेल?''

“ते मला आत्ताच सांगता येत नाही. पण मी असं ठरवलंय की, ज्या जागी मी सर्वांत सुंदर चित्र काढीन ती जागा योग्य ठरेल.”

एव्हाना त्या दोघांनीही एक एक बिस्किट संपवलं होतं. डायनाच्या प्लेटमध्ये चॉकलेट बिस्किट उरलं होतं, तर मॅथिअसच्या प्लेटमध्ये व्हॅनिलाचं बिस्किट उरलं होतं. ज्या क्रमाने त्यांनी बिस्किटं खाल्ली त्याबद्दल डायनाला काहीतरी विशेष वाटलं. सर्वांत जास्त आवडणारं बिस्किट तिने शेवटी ठेवलं होतं, पण त्या उलट मॅथिअसने त्याचं आवडतं बिस्किट आधी खाल्लं होतं.

आता आपली बोलायची पाळी आहे, असं डायनाला वाटलं. तिच्या प्लेटमधल्या चॉकलेट बिस्किटकडे बोट दाखवून ती म्हणाली, “हे बघ, ह्या बिस्किटांवरून असं दिसतं की, मी भविष्यकाळाने जास्त भारावून जाते. लहानपणापासूनच सर्वांत आवडती गोष्ट मी शेवटी खाते. पण बहुतेक वेळेला ती खायची वेळ येते तोपर्यंत माझं पोट भरलेलं असतं. मला वाटतं की आजही असंच झालं!”

“तुझं पोट भरलं म्हणतेस? हं. म्हणजे मला वाटतं की तुझं चॉकलेट बिस्किट तसंच भूतकाळात जाणार!”

दुसरीकडे मान वळवावी असं वाटेपर्यंत ते दोघंही एकमेकांकडे पाहून मनसोक्त हसत राहिले. डायनाने तिच्या घड्याळाकडे पाहिलं अन् ती म्हणाली, “अरे बापरे, खूप उशीर झाला!”

मॅथिअसने बिल मागवलं आणि तो म्हणाला, “डायना, तू ठरव. तुला अजून काहीही बोलायचं असेल, तर सांग. माझी काही हरकत नाही.”

क्षणभर डायनाचे डोळे भरून आले, पण लगेचच तिने स्वत:ला सावरून घेतलं कित्येक महिने कसे गेले याचं अवलोकन करून ती सांगायला लागली.

डायना तिची कहाणी सांगत होती आणि मॅथिअस ती अगदी लक्षपूर्वक ऐकत होता. तिची गोष्ट संपल्यावर त्यावर कशी प्रतिक्रिया द्यावी हेच त्याला कळेना. तो फक्त एवढंच म्हणू शकला, “मला फार वाईट वाटतंय.”

“आईशिवाय खूप बेचैन वाटतं मला!” डायना सांगत होती. “आईविना मूल जगतं, वाढतं, ते एक वेळ परवडलं. पण मला आईचा सहवास लाभला होता. मला सारखं वाटतं की, ती मला दिसली नाही किंवा तिचा आवाज मला ऐकू आला नाही, तरी ती कुठेतरी जिवंत असावी.”

तिच्या डोळ्यातले अश्रू मॅथिअसला दिसले.

“डायना,” तो हळुवारपणे म्हणाला, “तुझं दु:ख मी कधीच जाणू शकणार नाही. खरंतर ते कुणीच जाणू शकणार नाही. जेव्हा माझी आजी वारली तेव्हा मलाही फार दु:ख झालं होतं. ती परिस्थिती कशी स्वीकारावी तेच कळत नव्हतं, पण मग एक छोटी कथा माझ्या वाचनात आली आणि माझ्या मनाला ती भिडली.”

तिची आई तिला कितीतरी गोष्टी सांगायची ते आठवल्यावर डायनाला तिचे अश्रू आवरता आले नाही.

"मला ती कथा ऐकायला आवडेल" डायना म्हणाली.

मॅथिअस सांगायला लागला, "एकदा एका समुद्रात एक पाण्याची लाट मजेत हेलकावे घेत होती. वाऱ्याचा वेग आणि सूर्याची उष्णता अनुभवत होती नि किनाऱ्याच्या दिशेने जाताना ती सगळीकडे पाहून हसत होती. पण तेवढ्यात तिला दिसलं की, तिच्या अगोदर निघालेल्या सर्व लाटा एक एक करून किनाऱ्यावर आदळत होत्या आणि क्षणार्धात त्यांच्या ठिकऱ्या होऊन त्या दिसेनाशा होत होत्या. "अरे देवा!" ती लाट म्हणाली, "असाच माझाही अंत होणार की काय? आता लवकरच मी किनाऱ्यावर आपटून नाहीशी होणार!" तेवढ्यात शेजारून जाणाऱ्या दुसऱ्या एका लाटेने तिची धांदल बघून तिला विचारलं, "तुला इतकी काळजी कशाची वाटतेय? हवा बघ किती छान पडलीये, सूर्य बघ, वाऱ्याची मजा लूट!" पहिली लाट मध्येच म्हणाली, "तुला दिसत नाही का? आपल्या पुढच्या लाटा किती जोराने किनाऱ्यावर आपटतायत आणि किती भयंकररित्या नाहीशा होतायत? आपलंही लवकरच त्यांच्यासारखं होणार." पण दुसरी लाट उत्तरली, "अगं, तुझ्या लक्षात कसं येत नाही? तू मुळी लाट नाहीच आहेस! तू समुद्राचाच एक भाग आहेस!"

ती गोष्ट ऐकून आणि मॅथिअसच्या डोळ्यातली अनुकंपा पाहून डायनाला समाधानाची एक लहर जाणवली. अचानक हात पुढे करून टेबलावर ठेवलेल्या त्याच्या हाताला स्पर्श करावा असं तिला वाटलं, पण त्याऐवजी तिने समाधानाने मान डोलवून त्याला प्रतिसाद दिला.

एका शिंपल्यात अडकवलेलं बिल घेऊन वेटर आला. ते घ्यायला जेव्हा डायना पुढे झाली, तेव्हा मॅथिअस म्हणाला, "प्लीज, मी तुला आमंत्रण दिलं होतं."

मॅथिअसबरोबर पार्कशी पोहोचल्यावर अचानक डायनाला भिकाऱ्याचे शब्द आठवले - "ती तुझ्यासारखी मुलगी... तिला तो चित्रकार एके दिवशी नक्की भेटेल" क्षणभर तिला वाटलं की, ही गोष्ट मॅथिअसला सांगावी आणि त्याला असंही सांगावं की, जर कधी मेरी तुला भेटली तर तिला मी समजू नकोस. पण ह्या प्रकरणात भिकाऱ्याला आणू नये असं तिला वाटलं, म्हणून ती त्याच्याजवळ काही बोलली नाही.

ते जेव्हा चित्रकाराच्या फळ्याजवळ पोहोचले तेव्हा डायनाने हात पुढे करून म्हटलं, "मॅथिअस का जॉन, आजचा वेळ छान गेला. धन्यवाद."

"मीच तुला धन्यवाद देतो!"

तो सॅन फ्रान्सिस्को केव्हा सोडणार आहे हे त्याला विचारावं असं डायनाला क्षणभर वाटलं. तसंच त्या रस्त्याने थोडं पुढे गेल्यावर त्याला तिचं हॉटेल सापडेल किंवा एक रूम त्याला दिल्यास त्याचं ते स्वस्तातलं हॉटेल सुटेल असं त्याला सांगावं असंही तिला वाटलं, पण फक्त त्याचा निरोप घेऊन ती तिथून निघाली.

११

आर्ट स्टुडिओतून डायना परत आली तेव्हा मध्यरात्र उलटून गेली होती. तिच्या कपड्यांवर सगळीकडे निळा रंग लागला होता. त्याची पर्वा न करता तिने स्वत:ला अंथरुणावर झोकून दिलं. तिला वाटलं होतं त्याप्रमाणे अंथरुणालाही निळा रंग लागला, परंतु तिच्या मनासारखं समुद्राचं चित्र रंगवण्यासाठी एवढं नुकसान काही फार नव्हतं!

खरं म्हणजे चित्रातल्या विषयानुसार निळा रंग काही एवढा जास्त लागणार नव्हता; पण चित्र रंगवायचा एक नवीनच प्रकार तिनं आजमावला होता आणि तोच त्याला कारणीभूत होता. ती जे काही नियम शिकली होती ते सर्व धाब्यावर बसवून तिने ते चित्र रंगवलं होतं. निळ्या रंगाची पूर्ण ट्यूब हातावर पिळून लॉरेना मॅकॉनेटच्या स्वर्गीय-सुमधुर संगीताच्या तालावर तिने दोन्ही हाताच्या पंजांनी तो रंग कॅनव्हासवर फासला होता.

इतक्या वर्षांनंतरही पेंटिंग करायला परत सुरुवात करण्यासाठी मॅथिअसने तिला सुचवलं त्याबद्दल एका दृष्टीने ती स्वत:ला त्याची ऋणी समजत होती. मुख्यत: त्याने सांगितलेली गोष्ट ऐकून तिला छान वाटायला लागलं होतं. ही भावना तिला आता हरवायची नव्हती. त्यासाठी आईला आवडतील अशा काही गोष्टी मुद्दाम करायचा तिने विचार केला होता.

बेडलँपसमोर पडलेलं हिरव्या रंगाचं पाकीट तिने हात लांबवून उचललं आणि मेरीचं दुसरं पत्र वाचायला तिने सुरुवात केली.

पत्र नं. २ - 'बागेतला मार्ग'

फेब्रुवारी २२

माझ्या लाडक्या आईस,

माझ्या लहानपणी 'इतरां'च्या अडथळ्यांना ओलांडून तुला शोधायचं माझं स्वप्न मी जपू शकले होते. पण जसा काळ पुढे सरकला, तसं मलासुद्धा इतर बनवण्याच्या 'इतरां'च्या सततच्या प्रयत्नांपुढे माझी शक्ती कमी पडू लागली.

मग एका रात्री मला स्वप्न पडलं. मी एका छोट्या बोटीत होते आणि ती बोट समुद्रातल्या प्रवाहाबरोबर मार्ग आक्रमत होती. मी सफेद नाइटगाउन आणि केशरी हॅट घातली होती. क्षितिज स्वच्छ होतं, पण मला पलीकडे नेण्यासाठी त्या बोटीला वल्हं किंवा शीड नव्हतं. मी जेव्हा तशीच असाहाय्य अवस्थेत बोटीत बसले होते तेव्हा एका करड्या रंगाच्या ढगामागून तू माझ्याशी बोललीस.

"मेरी, माझ्याजवळ परत ये."

"आई, तू कुठे आहेस?"

"आपली ताटतूट झालेली नाही मेरी! मी तुझ्याजवळ नेहमीच असते."

"मग मी तुला पाहू कशी शकत नाही?"

"कारण 'तू' माझ्याजवळ नाहीस."

"मग मी तुझ्याजवळ कशी येऊ?"

"तू मला तुझ्या स्वत:मध्ये पाहा."

"ते मला कसं जमणार?"

"मग मी तुला दिलेल्या 'भेटी'मध्ये मला पाहायचा प्रयत्न कर."

तेवढ्यात अचानक आकाश फाटल्यासारखा कानठळ्या बसवणारा एक प्रचंड आवाज झाला. प्रकाशाचा एक मोठा हात खाली आला आणि माझी हॅट काढून त्याने माझ्या डोक्यावर पांढऱ्या गुलाबांचा एक सुंदर मुकुट बसवला. आई, तो हात तुझाच होता आणि आजपर्यंत तू दिलेल्या 'भेटी'पैकी ती सर्वात अमूल्य भेट होती!

त्या मुकुटाचं प्रतिबिंब पाण्यात पाहून त्याचं सौंदर्य मी थोडा वेळ न्याहाळलं, पण नंतर अचानक एक मोठं वादळ उठलं आणि माझी बोट त्या गगनचुंबी लाटांमुळे फेकली जायला लागली. तेव्हा, 'आई, मला वाचव' असं म्हणत, हुंदके देत घाबरून मी बोटीच्या तळाशी लपून बसले.

थोड्या वेळाने वारा थांबल्यावर पाऊस पडू लागला आणि समुद्रसुद्धा शांत झाला.

मग मी जेव्हा पाण्यामध्ये पुन्हा माझं प्रतिबिंब पाहिलं तेव्हा माझ्या लक्षात आलं की, माझा मुकुट हरवला होता! त्या वेळी मला सर्वनाश झाल्यासारखं वाटलं. मला कोरड्या पडलेल्या नदीसारखं किंवा पंख कापलेल्या पक्ष्यासारखं किंवा सुवास नसलेल्या गुलाबासारखं वाटलं. तरीसुद्धा अजूनही मी एक नदी किंवा एक पक्षी किंवा एक गुलाब होते. त्यामुळे मला माझा मुकुट शोधायलाच हवा होता.

मी बोटीत शोधलं, दूरवर शोधलं, समुद्रामध्ये शोधलं आणि आकाशातदेखील शोधलं; पण मला तो सापडला नाही.

मग मी तुला साद घातली, ''आई, माझा मुकुट कुठे गेला?'

''मेरी, तू खाली वाकून बघ.''

मी खाली वाकून माझं प्रतिबिंब पाहिल्यावर मला दिसलं की, माझा मुकुट फक्त घसरून मानेवर मागच्या बाजूला गेला होता.

मग तू परत माझ्याशी बोललीस. पण या वेळी तुझा आवाज आकाशातून न येता तो माझ्या मुकुटातल्या गुलाबांमधून येत होता.

''मेरी, सोनुल्या, लक्षात ठेव की तो आवाज हरवला आहे असं कधीच समजू नकोस. तुझ्याजवळ पहिल्यापासून असलेली गोष्ट तुझ्यापलीकडे शोधू नकोस.''

त्याच वेळी समुद्राच्या पाण्यातून एक राजवाडा वर आला. त्याच्याभोवती एक सुंदर बाग होती. त्याच्या भिंतीवर सगळीकडे गुलाबांचे वेल पसरलेले होते आणि त्यांच्या पलीकडून बुलबुलांचं सुमधुर संगीत ऐकू येत होतं.

तू परत एकदा माझ्याशी बोललीस, ''तुला माझा आवाज ऐकायचा असेल, तर बागेतल्या रस्त्यावर जा. त्या माळ्याचा हात धर आणि गुलाब काय म्हणतायत ते ऐक.''

''पण आई, तो राजवाडा किती दूर आहे. त्याच्या आणि माझ्यामध्ये एवढा मोठा समुद्र आहे. शिवाय मला पोहताही येत नाही.''

''तू घाबरू नकोस. नुसती चालत राहा. फक्त तू तुझं सामान मात्र मागे ठेवून ये. म्हणजे तू पाण्यावर तरंगू शकशील.''

''पण माझ्याजवळ काहीच सामान नाहीये.''

''पाण्यावर तरंगू शकणार नाहीस असं समजणं हा विचार हेच सर्वात जड सामान आहे. म्हणून ते सोड आणि चालायला सुरुवात कर.''

''पण आई, ह्या मार्गाने मी कुठे पोहोचेन?''

''माझ्याकडे!''

''म्हणजे ह्याच जगात मी तुला भेटू शकते?''

"हो, ह्याच जगात."

हे स्वप्न मी कधीच विसरू शकले नाही आणि ते खरं होईल याची वाट पाहत जगले! तीन वर्षांनंतर माझी मैत्रीण आणि तिच्या कुटुंबाबरोबर मी फिरायला गेले असताना आम्ही उतरलो होतो त्या गेस्ट हाउसच्या मागे लपलेली एक गुलाबाची बाग मला दिसली. पुढे थोड्याच अंतरावर मला 'टोपकापी' राजवाडा दिसत होता आणि तो मी स्वप्नात पाहिलेल्या राजवाड्यासारखा दिसत होता. ती बाग आणि तो राजवाडा पाहिल्याबरोबर मला वाटलं की, ज्या जागेला मी भेट द्यावी असं तुला वाटत होतं, ती हीच जागा असावी. ती माझी कल्पना खरी ठरली!

गेस्ट हाउसची मालकीण झेनेप, ही एक असामान्य बाई होती, कारण ती 'इतरां'सारखी नव्हती. मी इतके दिवस कशाची वाट पाहतेय ते तिला माहीत होतं आणि तुझा आवाज ऐकायला ती मला नक्कीच मदत करणार होती. नंतर ती मला गुलाबाच्या बागेतल्या 'जादुई-सफरी'ला घेऊन गेली. गुलाबाचं बोलणं ऐकण्यासाठी काय करायचं असतं, ते तिनं मला शिकवलं. त्या वेळेस तिनं माझ्या अंत:करणात जे बीजारोपण केलं; त्याच्या मदतीने कित्येक वर्षांनंतरही अगदी माझ्या घरात बसूनदेखील मी गुलाबांचं बोलणं ऐकू शकले.

बहुतेक माझ्या पुढच्या पत्रात मी माझ्या प्रवासातल्या या तिसऱ्या पर्वाबाबत जास्त सांगू शकेन.

तुझीच मेरी

✤ ✤ ✤

हे पत्र डायना काही पहिल्यांदा वाचत नव्हती, पण या वेळी ते तिला थोडंसं वेगळं वाटलं. तिच्या जुळ्या बहिणीनं आईच्या शोधामध्ये आयुष्यभर स्वत:ला कसं वाहून घेतलं होतं यावर तिने विचार केला. तिच्या आईबद्दल असणाऱ्या भावनांची तीव्रता, तिची कधीच न संपणारी ओढ, आईला शोधण्याची तिची जिद्द आणि प्रयत्नांची पराकाष्ठा या गोष्टी तिला जाणवल्या.

कदाचित मेरी काल्पनिक गोष्टींमध्ये जास्तच रंगत होती किंवा कदाचित तिच्या प्रत्यक्ष जगण्याच्या अनुभवांऐवजी तिला जे जीवन जगावसं वाटत होतं त्या गोष्टींबद्दल ती पत्रात लिहीत होती. पण मेरीला आईबद्दल अतोनात प्रेम होतं यात मात्र अजिबात शंका नव्हती; आणि मुख्य म्हणजे आपल्या आईला अंत:करणात कायमचं जिवंत ठेवणं डायनाला अशक्यप्राय होतं, तेच मेरीला सहजपणे जमलं होतं!

आता आईची लवकरच भेट होईल असं मेरीला वाटू लागल्याबरोबर, त्या दोघींची कायमची ताटातूट झाली होती. कदाचित मेरीला याची कल्पना नव्हती.

किंबहुना आई लवकरच हे जग सोडून जाणार, असं कळल्यामुळे शक्य तितक्या लवकर तिची कायमची सोबत मिळावी म्हणून तिने स्वत:चाही अंत करून घ्यायचं ठरवलं असावं.

ह्या जगात मी तुला भेटेन, असं आईने मेरीला स्वप्नात सांगितलं होतं, पण ते खोटं ठरल्याने मेरीने स्वत:साठी निर्माण केलेली स्वप्नसृष्टी एकदम ढासळली होती आणि नामशेष झाली होती. ह्या जगात मेरीला तिची आई आता कधीच दिसणार नव्हती.

"अगदी माझ्यासारखीच!" डायना पुटपुटली.

२०

मॅथिअसने त्याचं पेंटिंग मध्यरात्री संपवलं. तरीसुद्धा आपल्या प्रदर्शनाचं नाव बदलून 'सॅन फ्रान्सिस्कोचा बदलता समुद्र' असं ठेवावं की कसं या न सुटलेल्या प्रश्नावर पहाट होईपर्यंत विचार करत तो बागेमध्येच थांबला होता.

ह्या किनाऱ्यावरचा समुद्र सारखाच बदलत होता. म्हणून त्याला जवळच एक बंगला भाड्याने घेऊन त्याची सर्व चित्रं त्या बागेमध्येच काढायची होती. ही कल्पना छान होती पण तो नक्की काही ठरवू शकत नव्हता. केवळ उन्हाळ्याच्या स्फूर्तीसाठी त्याला नवीन नातं जोडून घ्यायचं नव्हतं, कारण ते टिकणारं नव्हतं.

जीपकडे चालत जाऊन त्याने कूलरमधून कोकच्या दोन बाटल्या काढल्या. अजून स्वत:च्या कामच्या पवित्र्यामध्ये न बसलेल्या भिकाऱ्याच्या नजरेतून ती गोष्ट सुटली नाही.

"तू मूर्ख आहेस." भिकारी ओरडला. "ह्या बाजूला ये."

चित्रकाराने पुढे केलेली कोकची बाटली घेऊन भिकारी म्हणाला, "हे काय? फक्त कोक? मी तर जंबो साइजची बीटरूट बिअर म्हणालो होतो!"

"तुला चेहरे वाचता येतात असं तू म्हणतोस ना?"

"मी म्हणत असलो तर असेनही. पण बच्चू, ते फुकटात नाही हं! हे नीट लक्षात घे."

"आत्ताच मी दहा गुणांची एक यादी खरडली. त्या यादीचं नाव आहे, 'मी शोधत असलेल्या मुलीचं वर्णन' तुला माहीत आहे? तिच्यामध्ये दोनपासून दहापर्यंत सर्व गुण आहेत; आणि मला वाटत होतं की, मला गणित जमत नाही म्हणून!"

"बाळा, तुझ्या त्या यादीशी मला काय करायचं आहे? तुला माझ्याकडून काय हवंय, ते चटकन सांगून टाक."

"मला वाटलं की, माझ्या यादीतल्या पहिल्या गोष्टीबद्दल तू मला काही सांगशील, कारण इतर सर्व गोष्टींपेक्षा ती गोष्ट मला जास्त महत्त्वाची वाटते."

"ती कोणती?"

"तिच्या चेहऱ्यावर 'तेज' पाहिजे."

"अरेच्या! म्हणजे कसलं तेज पाहिजे तिच्या चेहऱ्यावर?"

"असं तेज, जे मी कधीच कुणाच्या चेहऱ्यावर पाहिलं नसेल, पण पाहिल्याबरोबर मला ते ओळखता येईल! पण दुर्दैवाने तिच्या बाबतीत तसं नाहीये."

"त्या तेजाचा काय उपयोग?"

"मला माझी 'जिवाची सखी' सापडली याची खूणगाठ म्हणून!"

"कसली सखी? पोरा, तू कोड्यात बोलू नको. मला ते आवडत नाही."

मॅथिअसने समुद्राकडे बोट केलं आणि म्हणाला, "ह्या एकाच गोष्टीकडे हजारो लोक रोज बघतात. सगळ्यांना समुद्र दिसतो, पण कदाचित काही जणांना काहीतरी वेगळंदेखील दिसू शकतं."

"अरे बाप रे! ए बाबा, तू मला असा गोंधळवून टाकू नकोस."

"एखाद्या दिवशी समुद्र पाहताना मी म्हटलं की, मला तिथे वाळवंट दिसतंय किंवा वाळवंट पाहताना म्हटलं 'समुद्र दिसतोय', तर माझ्यावर कुणी विश्वास ठेवेल का?"

"आता मात्र तू कमाल केलीस हं! ह्या म्हाताऱ्याला चकवू नकोस. काय सांगायचंय ते सरळ सांगून टाक."

"मला असं म्हणायचं आहे की, मी थापा मारतोय असं जेव्हा सर्व जगाला वाटत असेल, तेव्हादेखील माझ्या सखीचा माझ्यावरच विश्वास असला पाहिजे. उलटपक्षी, ज्या गोष्टी आजपर्यंत मी पाहिल्या नाहीत अशा पाण्यातल्या गुहा किंवा समुद्रातले वाळूचे डोंगर ती मला दाखवेल."

"थांब. थांबव आता तुझं गौडबंगाल!" असं म्हणत 'पुढे आता मला काही सांगू नकोस' अशा तऱ्हेचा इशारा त्याने चित्रकाराला केला. "पोरा, आता इथून पुढे तू जे जे मला सांगशील त्याच्या बदल्यात तुला मला पैसे द्यावे लागतील. माझ्या परवानगीशिवाय बोललेल्या प्रत्येक शब्दागणिक तुला आता एक डॉलर मोजावा लागेल!"

मॅथिअस हसला.

"पोरा, मी आता तुला एकच गोष्ट सांगतो. मला माफ कर, पण तुझ्या त्या छोकरीच्या चेहऱ्यावर तुला हव्या असलेल्या तेजाशी माझ्या भविष्याचा अजिबात संबंध नाही बरं का! तुला काय वाटतं की, चेहऱ्यावर तेज दिसणं सोपं आहे? माझ्या उभ्या आयुष्यात मी फक्त एकदाच तसं तेज पाहिलं आहे. 'ज्यो' नावाच्या

माझ्या भावाच्या तोंडावर मी ते तेज पहिलं आहे. त्या तेजाची आभा खूप प्रखर होती. १९६२ साल... कॅडलिक गाडी... एकदम नवी... काळ्या मोत्यांसारख्या रंगाची. मी तिच्या दाराशी खुडखुड करत होतो. 'ज्यो' डोळे मोठे करून रस्त्याकडे नजर ठेवून होता. असं वाटलं की, ते दार आता मी उघडलं; तेवढ्यात मी अचानक पावलांचा आवाज ऐकला आणि म्हणून मी 'ज्यो'कडे वळलो. त्या क्षणी माझे डोळे दिपले. समजलं? पोलिसांच्या ५०० वॅटच्या बॅटरीची ती कमाल होती! ज्योचा चेहरा प्रकाशमय झाला होता! आमच्या ज्योला मात्र उगाचच शिक्षा मिळाली.''

मॅथिअस पुन्हा हसू लागला.

''पोरा, आता मुद्याकडे वळू. तू थांबतोयस का जातोयस?''

''दिवसाच्या ह्या प्रहरी मी इथे काय करतोय असं तुला वाटतंय? मला कोणतीही सूचना मान्य आहे. पण एक गोष्ट मात्र नक्की, मी आता गेलो तर मात्र कायमचा जाईन. आता आपण हे प्रकरण आणखी पुढे नेऊ नये असं मला वाटतंय. मी अगोदरच खूप खेचलयं तुला. मला सुरवातीपासून माहीत होतं, पण मी तुला सांगितलं नव्हतं. मी तिच्याशी गप्पा मारल्या, तिला कॉफी पाजली, माझ्याबद्दल तिला सांगितलं आणि तिलाही समजून घेण्याचा प्रयत्न केला. त्याहूनही वाईट म्हणजे मी तिला इंप्रेस करण्याचाही प्रयत्न केला. खरं म्हणजे यांपैकी काहीच घडायला नको होतं. आणि आता? नुसता निरोपही न घेता मी इथून जायचं ठरवतोय. मला सांग की, मी काय करायला हवं?''

''तू निघून जा बाळा.''

''तुझ्यापासून दूर की ह्या शहरापासून दूर?''

''तुला जे कळलंय ते परत मला विचारू नकोस. मी म्हणतोय थांब, पण तू म्हणतोस 'जातो'. मी म्हणतोय मजा कर, त्या मुलीला नीट समजून घे, तिला फिरायला ने, आनंदी राहा; पण तू तर जायला निघालास. तू स्वत:ला 'थांब' म्हणू शकला नाहीस म्हणून तू माझ्यापाशी आलास. तू जायला निघाला आहेस, हे तू बसायच्या अगोदरच मी तुझ्या चेहऱ्यावरून ओळखलं होतं. असेच चेहरे वाचतो मी! कोकच्या दोन मोठ्या बाटल्यांचे ४ डॉलर होतात, म्हणून तू आज माझा पाहुणा आहेस. मी खूप स्वाभिमानी आहे आणि मला माझ्या कामाबद्दल आदर आहे, हे तू विसरू नकोस.''

त्यानंतर काही क्षण गप्प राहिल्यावर मॅथिअसने भिकाऱ्यापुढे हात केला आणि म्हणाला, ''दोस्ता, मला आपल्या छोट्या छोट्या गप्पांची खूप आठवण येईल.''

२१

'माणूस काही दिवसांतसुद्धा बदलू शकतो' मॅथिअस तिला म्हणाला होता. एका दिवसासाठीदेखील ते खरं होतं का? जो माणूस आज भावनाप्रधान आणि दुसऱ्याची काळजी करणारा वाटतो, तो दुसऱ्याच दिवशी निरोप न घेता अचानक उठून निघून जाऊ शकतो?

'तो करू शकतो असं' डायना स्वत:शीच म्हणाली. कारण ओळीने गेल्या सहा संध्याकाळी तो तिला भेटलाच नव्हता.

संध्याकाळी फिरून परतल्यावर डायना तिच्या वहीतले फोन नंबर चाळत असताना, इतक्या सर्वांशी तिची ओळख कशी काय झाली, याचं तिला आश्चर्य वाटत होतं. त्या नंबरांतून कधीतरी एखाद्या मुलीचा नंबर शोधून तिला ती फोन करून कॉफीचं आमंत्रण द्यायची आणि गप्पा करताना लवकरच तिला खऱ्या मुद्यावर आणायची. त्याच्या असं अचानक निघून जाण्याबद्दल तर्कशुद्ध कारण काय असू शकेल, या गोष्टीवर त्या मुलीशी चर्चा करून तिचे विचार जाणून घ्यायची. मग लगेचच तिची खात्री व्हायची की, त्याला तिची ओढ नव्हती म्हणून तो निघून गेला असं नव्हतं. त्यामुळे तिची स्वत:ची प्रतिमा अबाधित राहायची.

डायनाला वाटलं, 'मेरी अशी वागली नसती.'

तिनं वही टेबलावर फेकली. मेरीशी चुरस म्हणून नव्हे, पण आता परत कुणाला चर्चेला बोलवावं असं तिला वाटत नव्हतं. मग तिने एक दुसराच नंबर फिरवला – हॉटेलमधल्या ट्रॅव्हल ऑफिसचा.

"हॅलो, मी आपली काय सेवा करू शकते?"

"हाय सारा, मी डायना बोलत्येय. एक काम करशील का? 'टोपकापी' राजवाडा इस्तंबूलमध्ये आहे ना? ते नीट शोधून माझ्यासाठी शुक्रवारच्या फ्लाइटमध्ये एक जागा पक्की करशील? परतीची तारीख रिकामीच ठेव."

“मिस स्ट्युअर्ट, शुक्रवारच ना नक्की?”

“हो, बरोबर”

“पण मिस स्ट्युअर्ट, रविवारच्या तुमच्या पदवीदानाचं काय? ते पुढे ढकललं आहे का?”

“नाही. पण आता मला गेलंच पाहिजे.”

“सर्वकाही ठीक आहे ना?”

“हो. हो. काळजी करू नकोस. सगळं जसं असायला पाहिजे तसंच आहे.”

भाग २

२२

'आता आपलं विमान लवकरच उतरणार आहे' असा वैमानिकाचा आवाज आला, त्या वेळेपर्यंत प्रवासात कित्येकदा वाचलेलं ते पत्र अजूनही डायनाच्या हातात होतं.

पत्र नं. ३ – 'गुलाबातील सर्वनाश'

मार्च १

वर्षापूर्वी अशी वेळ आली होती की, मी फार काही खातपीत नव्हते. पूर्वीच्या आवडत्या गोष्टींमध्ये मला आता अजिबात रस राहिला नव्हता. मी माझ्या खोलीबाहेर फारशी गेलेच नाही, कारण स्वर्गीय सुगंधी श्वास सोडणाऱ्या माझ्या गुलाबांच्या संगतीत माझा बहुतेक सर्व वेळ जात असे.

गुलाबांच्या बागेतून परतल्यापासून माझ्या खोलीच्या प्रत्येक कोपऱ्यात मी गुलाबांची झाडं लावून ठेवली होती. त्या वेळेस गुलाबांची विक्री करू न शकणाऱ्या एखाद्या फुलवाल्यासारखं मला वाटायचं.

त्यानंतर एके दिवशी काहीतरी खूप चमत्कारिक घडलं; मला गुलाबांचा श्वासोच्छ्वास ऐकू आला! असं काही दिवस चाललं. कधीकधी त्यांच्यातून एखादी ताजी झुळूक यायची आणि माझ्या डोक्यावरून अशी वाहत जायची की, जणू तिला माझ्या मनातल्या भूतकाळाचे सर्व अवशेष पुसून टाकायचे होते!

एका संध्याकाळी ती झुळूक खूप वेगाने आली; रात्रभरात तिचा वेग वाढतच राहिला आणि शेवटी ती हळूहळू विरून गेली. पण त्यानंतर अचानक सर्व खोलीत डोळे दिपवणारा प्रकाश पडला. इतका प्रखर की, मला काही दिसेनासं झालं आणि

त्याच अवधीत खोलीमध्ये एक अस्वस्थ शांतता पसरली.

मग जेव्हा माझ्या उशाशी असलेला गुलाबी गुलाब माझ्याशी बोलला, तेव्हाच ती शांतता भंग पावली. पण तेव्हा मला असं वाटलं की, तो आवाज गुलाबाचा नसून माझा होता; माझ्या अंतर्मनाचा होता!

आवाज हळूहळू मोठा होत गेला; मग इतका मोठा झाला की, मला काही ऐकू येईना, काही दिसेना आणि गुलाबाचा वासदेखील येईनासा झाला; पण मला गुलाबाच्या आवाजाचा स्पर्श मात्र जाणवत होता.

माझी मलाच भीती वाटली. नाही, असं होणं शक्य नव्हतं. मला माझीच भीती कशी वाटली असती? हं, मी तिथे नव्हतेच मुळी! तिथे फक्त गुलाब होता आणि त्याचा आवाज होता!

आम्ही दोघं एकमेकांशी त्या एकाच आवाजाने बोलत होतो.

''मेरी, तुला शांती मिळेल.''

''माझा विश्वास बसत नाहीये! मला खरं वाटत नाहीये की, मी गुलाबाचा आवाज ऐकतेय.''

''मेरी, तसं नव्हे. तू विश्वास ठेवल्यामुळेच माझा आवाज ऐकू शकते आहेस.''

''पण ही अगदी असामान्य गोष्ट आहे!''

''जे स्वत: असामान्य असतात, त्यांच्यासाठी एखादी असामान्य गोष्टसुद्धा सामान्यच असते.''

''मला नाही वाटत की, इतकी स्तुती ऐकायची माझी लायकी असेल.''

''असं तुला वाटतं म्हणून तू लायक आहेस.''

''मग आता मी तुझं बोलणं ऐकू शकते, तर मी माझ्या आईचं बोलणंदेखील ऐकू शकेन का?''

''खरंतर, सर्व गोष्टींमधून तुझी आईच तुझ्याशी बोलत असते. पण सॉक्रेटिसचं वक्तव्य ऐकल्यावरच हे सर्व तुला उमगेल आणि तुला तुझ्या आईचा आवाज ऐकता येईल.''

''मग सॉक्रेटिस मला कुठे भेटेल?''

''तू त्याला शोधू शकत नाहीस. तोच तुला शोधून काढेल.''

''पण केव्हा?''

''जेव्हा योग्य वेळ येईल ना, तेव्हा!''

गुलाबी गुलाबाचे मला ऐकू आलेले ते शेवटचे शब्द होते. त्या दिवसापासून मी सॉक्रेटिस भेटण्याची वाट पाहते आहे. 'छोटा राजपुत्र' येऊन त्याला माणसात आणेल अशी वाट पाहत बसलेल्या, त्या कोल्ह्याप्रमाणेच मी सॉक्रेटिसची वाट पाहत असते. तुझा पत्ता इथे माझ्यासमोर असूनदेखील सॉक्रेटिसला भेटल्याखेरीज

मी तुझा आवाज ऐकू शकत नाही, हे मला समजलं आहे.

तो मला नक्की शोधेल, याची मला खात्री वाटते. खात्री वाटते, कारण माझा गुलाब तसं म्हणाला आहे. काय सांगावं, कदाचित सॉक्रेटिस मला सॅन फ्रान्सिस्कोमध्ये भेटेल!

तिथे पोहोचल्यावर तुला मी शेवटचं पत्र पाठवेन, अशी आशा वाटते.

तुझ्यावर सर्व प्रेमाचा वर्षाव करणारी तुझी
मेरी

२३

विमानतळावर आपलं सामान परत घेण्यासाठी डायनाला जवळजवळ एक तास थांबावं लागलं होतं. इतर माणसांच्या धक्काबुक्क्यांमुळे टॅक्सीच्या रांगेतली जागा तिला तीनदा घालवावी लागली होती. सारखी सिगरेट ओढणाऱ्या ड्रायव्हरमुळे तिला धुराचे गुदमरून टाकणारे लोटच्या लोट सहन करावे लागले होते. रस्त्यातल्या वाहनांच्या गर्दीमुळे ती गांगरून गेली होती आणि तिची गाडी पादचारी लोकांपेक्षाही हळूहळू पुढे सरकत होती. 'मला एकही गालीचा नकोय!' असं सुल्तान्हमेत चौकातल्या रस्त्यावरच्या विक्रेत्यांना निक्षून सांगता सांगता ती वैतागून गेली होती. खूप पायपीट करूनही एकही गेस्ट हाऊस न मिळाल्याने पार रडकुंडीलाही आली होती. ते पाहताच एक जण तिच्याजवळ येऊन म्हणाला, "हॅलो सुंदरी, तुम्हाला एक देखणा टूरगाईड हवाय का?" जर झेनेप हनीमचं गेस्ट हाउस तिला सापडलं असतं, तर ह्या सर्व गोष्टींचा तिला त्रास वाटला नसता.

सेंट सोफियामध्ये तिला एक शांत कोपरा सापडला आणि नंतर बराच वेळ ती भिंतीकडे पाहत अश्रू ढाळत राहिली. त्या भग्न भिंती जरी ढासळलेल्या अवस्थेत होत्या, तरी करोडो लोकांच्या आध्यात्मिक आठवणी सांभाळून ठेवण्यासाठी त्या काळाविरुद्ध लढा देत होत्या! अशा एखाद्या कारणासाठी इतका नेटाने लढा देणं कदाचित उचित असेल, पण मेरीच्या शोधात स्वतःला इतका त्रास करून घेण्याची डायनाला गरज होती का?

"म्युझियम बंद करण्याची वेळ झाली आहे," अशी गार्डची आरोळी तीनदा ऐकल्यावर डायना सेंट सोफियापुढून निघाली आणि सुन्न मनाने 'टोपकोपी' राजवाड्याच्या दिशेने चालू लागली. राजवाड्याच्या मुख्य दरवाजासमोर असलेल्या त्या ऐतिहासिक कारंज्याजवळ पोहोचल्यावर ती जमिनीवर बसली, कारण ती जागा 'बंद' होण्याची भीती नव्हती.

‘घरी परतण्यासाठी पुढच्या फ्लाइटवर जागा मिळेल की नाही’, ह्या विचारात ती असताना तिने अचानक एक आवाज ऐकला, ‘‘खूप दगदगीत दिवस गेला ना तुमचा!’’

डायनाने मान वर केल्यावर उत्तम पोषाख केलेली एक मध्यमवयीन बाई तिला दिसली. थोड्या कुतूहलाने, अर्धवट वाकून ती डायनाकडे अशा तऱ्हेने पाहत होती, जणू तिने कधी कोणाला असं रस्त्यात बसलेलं पाहिलं नसावं.

‘‘काही विचारू नका!’’ डायना म्हणाली, ‘‘मी पाहिलं नाही असं एकही हॉटेल आता उरलं नाहीये. मला तर आता सगळे रस्तेही पाठ झालेत!’’

‘‘हो, आता सीझन सुरू झालाय. आम्हालाही खोली मिळायला खूप कष्ट पडले.’’

राजवाड्याच्या भिंतीशेजारून जाणाऱ्या एका अरुंद रस्त्याकडे त्या बाईने बोट दाखवलं. ‘‘खरं म्हणजे’’ ती म्हणाली, ‘‘तिकडच्या त्या दोन गेस्ट हाउसपैकी एकामध्ये तरी राहायची आमची फार इच्छा होती, पण त्या दोन्हीहीमध्ये जागाच शिल्लक नव्हती. त्यामुळे ‘फोर सीझन्स’ हॉटेलवरच आम्हाला भागवावं लागलं.

‘‘अरेच्या!’’ पटकन उभी राहून डायना म्हणाली, ‘‘मग ती दोन गेस्ट हाउसेस मला पाहून घेऊ दे. तुम्ही ‘फोर सीझन्स’मध्ये मजा करा!’’

२४

डायनाच्या अगदी समोर दोन लाकडी दरवाजे होते. त्यापैकी एक शॅम्पेनच्या रंगाचा दिसायला मोठा आणि जास्त रुबाबदार होता. दुसऱ्या घराचा रंग मंद हिरवा होता. त्याचा दरवाजा अगदी रस्त्यावर उघडत असल्याने त्याच्या मागे बगीचा आहे का नाही हे तिला समजू शकलं नाही.

त्यांपैकी एकामध्ये शिरायला डायना उत्सुक होती. पण झेनेप हनीम कशी असेल हे ठरवता न आल्याने, त्यांपैकी कोणतं घर तिचं असेल हेही तिला ठरवता आलं नाही.

मोठ्या घरात प्रथम जायचं तिनं ठरवलं. तिने प्रवेशदाराशी जाताजाता बागेवर नजर टाकली. तिथे बऱ्याच रंगांची फुलं होती. पिवळी, गुलाबी, निळी, जांभळी, किरमिझी, भगवी; पण तरीसुद्धा तिला तिथे एकही गुलाब दिसला नाही. परत मागे येऊन एका अरुंद दरवाजातून ती दुसऱ्या घरात शिरली.

आतमध्ये स्वागतिका फोनवर बोलण्यात मग्न होती. पूर्णपणे पंधरा मिनिटं तिचं संभाषण संपण्याची वाट पाहिल्यावर जवळून जाणाऱ्या एका वेटरला तिने थांबवलं. आणि विचारलं, "झेनेप हनीम इथे असतात का?"

"मॅडम, त्या अर्ध्या तासापूर्वी बाहेर गेल्या आहेत, पण त्या म्हटल्यायत की, त्या अर्ध्या तासात परत येतील."

अडखळत डायना म्हणाली, "ओ, अच्छा, त्यांना भेटायला मी आले होते, असं त्या आल्यावर तुम्ही त्यांना सांगू शकाल का?"

"नक्कीच सांगेन मॅडम. तुम्हाला चालत असेल, तर तुम्ही आमच्या टी-रूममध्ये थांबू शकता."

सर्वकाही इतकं सहज जमेल असं डायनाला वाटलं नव्हतं. जणूकाही इतक्या वेळ तिच्याविरुद्ध जाणाऱ्या तिच्या नशिबाने तिला अचानक हात द्यायचं ठरवलं होतं.

२५

चार वेगवेगळ्या ठिकाणी बसायची जागा असलेल्या त्या टी-रूममध्ये सुंदर उजेड होता आणि तुर्की तऱ्हेने ती नीट सजवलेली होती. कोटावर सोनेरी किनार असलेल्या वेटर-व्यतिरिक्त तिथे दुसरं कोणीच नव्हतं.

गडद लाकडाच्या फरशीवर लाल, विटकरी आणि निळ्या रंगाची सुबक नक्षी होती. जुन्या इस्तंबूलची निरनिराळी दृश्यं दर्शविणारी रंगचित्रं भिंतीवर टांगलेली होती – गोल्डन हॉर्न बंदरातल्या ऑटोमन बोटी, आकाशाशी शर्यत लावणारे मनोरे असलेल्या मशिदी, घुमणाऱ्या फकिरांचा उत्सव, बॉस्फोरसच्या किनाऱ्यावर पसरलेली मोठमोठी लाकडी घरं वगैरे.

थोड्याच वेळात रंगचित्रांसमोर दिवास्वप्नात रंगलेल्या डायनाला पावलांची चाहूल लागल्याने जाग आली.

नाजूक चेहऱ्याची आणि मोठ्या निळ्या डोळ्यांची एक स्त्री टी-रूममध्ये आली. तिने अंबाडा घातला होता आणि काही ठिकाणी तिचे केस पांढरे झालेले दिसत होते. पण तिच्या सुंदर आणि नितळ कांतीमुळे तिचं वय मात्र लपलं होतं. तिने घातलेला सफेद लिननचा लांब झगा तिला एक विशिष्ट व्यक्तिमत्त्व देत होता.

त्यांची दृष्टादृष्ट होण्याअगोदरच ती वयस्कर स्त्री आपले हात पसरून डायनाकडे त्वरेने येऊ लागली.

"अरे बाप रे! माझा माझ्या डोळ्यांवर विश्वासच बसत नाहीये. मेरी तूच आहेस का? वा, वा! तू आता किती सुंदर तरुणी बनली आहेस!"

झेनेप हनीमने तिला अशी मिठी मारली की, क्षणभर डायनाला आपल्या आईची आठवण झाली. जेव्हा जेव्हा डायनाला आई जवळ घ्यायची तेव्हा तिला

असं वाटायचं की, आई पहिल्यांदा मिठी सोडणार नाही.

डायनाचा चेहरा आपल्या हातात घेऊन झेनेप म्हणाली, "तुला पाहून डोळे थंड झाले बघ पोरी!"

"मला माफ करा" तिच्यापासून दूर होत डायना म्हणाली, "पण मी मेरी नाहीये! माझं नाव डायना आहे."त्यावर झेनेप हनीम हसून म्हणाली, "अगं मेरी, मी तुला कशी विसरू शकेन?"

"नाही, नाही. मी खरंच मेरी नाहीये. मी तिची जुळी बहीण डायना आहे."

झेनेप हनीम तिच्यावर विश्वास न ठेवता म्हणाली, "मेरी, सोन्या, तुला जुळी बहीणच कुठंय?"

"तुम्हाला माझ्यावर विश्वास ठेवावा लागेल. खरं म्हणजे तुम्हाला मेरीबद्दल विचारायलाच मी इथे आले आहे."

"तुला काय म्हणायचंय? काही दिवसांपूर्वी तूच मला म्हणालीस ना की, पुढच्या आठवड्यात तू इथे येथील म्हणून?"

"काय? मेरीने तुम्हाला फोन केला होता? ती इथे येणार आहे असं म्हणाली? मग ती आता कुठे आहे?"

जणूकाही तिला शांत करण्याच्या उद्देशाने झेनेप हनीमने एका खुर्चीकडे बोट दाखवून डायनाला बसायला सांगितलं आणि मग तिच्या समोरच्या खुर्चीवर बसून तिनं विचारलं, "म्हणजे तू खरंच मेरी नाहीस का?"

"मी म्हणतेय त्यावर विश्वास ठेवा. पण प्लीज मला सांगा, मेरी कुठंय? ती इथे कधी येणार आहे?"

"मी तुझ्यावर विश्वास ठेवत नाहीये असं नाही, पण...."

"प्लीज, मेरी केव्हा येणार आहे?"

"ती अमुक एका दिवशी येईल असं नाही म्हणाली, पण आता तीन-चार दिवसांत ती इथे यावी. ती आत्ता कुठे आहे ते मला माहीत नाही. गेल्या कित्येक वर्षांत ती मला भेटली नाहीये. आणि परवा प्रथमच तिचा अचानक फोन आला. पण तुझं काय? तू तिला एवढ्यात भेटली नव्हतीस का?"

"ती एक बरीच मोठी कहाणी आहे. पण तुमची ऐकायची तयारी असेल, तर ती मी तुम्हाला सांगायला तयार आहे."

"मला ऐकायला नक्कीच आवडेल. पण त्याआधी तुझ्यासाठी प्यायला काय आणू ते सांग. तुला भूक लागली असली, तर काय हवं ते मागवून घे. मी तर पुदिना घातलेला चहा घेणार. तूही पिऊन बघ."

"थँक यू. मला एस्प्रेसो कॉफी प्यायला आवडेल."

“हं. आमच्याकडे एस्प्रेसो कॉफी आहे, पण कदाचित तुला तुर्की कॉफीसुद्धा आवडेल.”

“हो, चालेल की!”

ऑर्डर दिल्यावर वेटर खोलीतून निघून गेला.

२६

चहाचा ट्रे घेऊन वेटर परत येईपर्यंत डायनाने आजपावेतो काय काय झालं ते झेनेप हनीमला सांगितलं होतं.

"खूपच तापदायक आहे हे सगळं!" डायनाच्या हातावर हात ठेवत झेनेप हनीम म्हणाली, "पण तू काळजी करू नकोस. स्वत:चं काही बरंवाईट करून घेईल अशातली मेरी नाहीये.

"पण तुझं काय? तू मात्र फारच दु:ख सहन केलं असणार."

"मी स्वत:ला कसंबसं सांभाळलंय, पण संपूर्ण ठीक होण्यासाठी मला मेरीला भेटायलाच हवं. मला तुमची मदत हवी आहे त्यासाठी. तुम्हाला मान्य असेल, तर तिने परत फोन केल्यावर ती इथे येईपर्यंत तुम्ही तिला माझ्याबद्दल काही सांगू नका. तुम्हाला तिचा फोन नंबर सापडला किंवा ती कुठे आहे ते कळलं तर मला सांगा प्लीज."

"तिनं मला फोन केला, तर मी तसं नक्की करेन. तू तिला भेटायला आली आहेस याचा मला फार आनंद होतो आहे. डायना, मेरी एक असामान्य मुलगी आहे. तुम्ही एकमेकींना इतक्या वर्षात भेटला नाहीत ही खरोखरच खेदाची गोष्ट आहे!"

झेनेप हनीमने चांदीची किटली उचलून तिच्यासमोरचा काचेचा ग्लास भरला. तिला कॉफी पसंत पडली का ते विचारण्याआधी तिने विचारलं, "मेरीने तिच्या पत्रात माझ्याबद्दल काही लिहिलं आहे?"

हे ऐकल्यावर डायना एकदम चकरावली. मेरी तिथे भेटायला येणार हे कळल्यापासून उत्साहाच्या भरात झेनेप हनीम कशा तऱ्हेची बाई असावी हा प्रश्न तिच्या मनातून साफ गेला होता. 'मेरीला गुलाबांशी बोलायला शिकवणारी हीच बाई का?'

तिने परत एकदा झेनेप हनीमला निरखून पाहिलं. तिचे हसरे डोळे, चेहऱ्यावरचे

शांत भाव, तिची हळुवारपणे वागण्याची पद्धत आणि अचूक इंग्लिशचा वापर या सर्व गोष्टींमुळे ती नुसती शहाणी दिसत नव्हती, तर एक मूर्तिमंत 'परिपूर्ण स्त्री' वाटत होती! तिच्याबद्दल मेरी काय म्हणाली आणि पत्रात तिने तसं का लिहिलं होतं हे ऐकून झेनेप हनीम बहुधा सहानभूतीने हसली असती.

''तुम्हाला मजेशीर वाटेल, पण तुम्ही मेरीला गुलाबांचं बोलणं कसं ऐकायचं ते शिकवलं होतं, असं एका पत्रात तिने लिहिलं होतं.''

पण झेनेप हनीम अजिबात चकित झालेली दिसली नाही.

'गुलाबांचं बोलणं ऐकू येतं', असं सांगून तिने मेरीची नुसती गंमत केली असणार, असं डायनाला झेनेपला सांगावंसं वाटत होतं किंवा 'मेरीने पत्रात लिहिलेल्या गोष्टी म्हणजे तिचा कल्पनाविलास होता', अशा तऱ्हेचं स्पष्टीकरण ऐकावं असं डायनाला वाटत होतं.

''म्हणजे मेरीने तसं लिहिलं होतं?'' झेनेप हनीम नंतर म्हणाली, ''तुला ते अशक्य वाटतंय, हो ना?''

ह्या प्रश्नाला काय उत्तर द्यायचं ते डायनाला समजलं नाही. उत्तर तिच्या अगदी तोंडावर आलं होतं – 'हो ना, ते अगदी अशक्य वाटतंय!' पण शेवटच्या क्षणाला तिने विचार बदलला.

''सत्यसुद्धा अशक्य वाटू शकतं ना?'' डायना शांतपणे म्हणाली, ''पृथ्वीचंच उदाहरण घ्या ना. असं वाटतं की, आपल्या पायाखाली पृथ्वी अगदी स्थिर आहे, पण प्रत्यक्षात ती सर्वात वेगवान, विमानापेक्षाही जास्त वेगाने फिरते आहे.''

झेनेम हनीमने काहीच मत प्रदर्शित केलं नाही. ती त्यावर काहीच भाष्य करणार नाही हे जाणल्यावर डायनानेच शेवटी प्रश्न केला, ''तुम्ही मेरीला खरोखरच गुलाबांचं बोलणं ऐकायला शिकवलंत का?''

झेनेप हनीमने चहाचा एक घोट घेतला. ''डायना, मेरी इथे येईपर्यंत तू माझी पाहुणी म्हणून राहा. ज्यांना गुलाबांचं बोलणं ऐकू येत नाही त्यांचंही आम्ही आदरातिथ्य करतो आणि मला खात्री वाटते की, इथल्या सर्व नोकरांना मेरीच्या जुळ्या बहिणीची सेवा करायला अभिमानच वाटेल!''

केवळ मेरीची बाजू घेण्याचा झेनेप हनीम प्रयत्न करीत नाही ना, अशी शंका डायनाला आली किंवा रहस्यमय दिसण्यात जिला मजा येत होती अशा एका व्यक्तीला डायनाला तोंड द्यायचं होतं किंवा झेनेप हनीमच्या अशा वागण्याचं अतिशय वेगळं काही कारण तर नसावं ना, असं तिला वाटत होतं.

''धन्यवाद, पण मी तुमचं आमंत्रण स्वीकारू शकत नाही. तरीसुद्धा पैसे देऊन एखादी खोली मिळाली, तर मेरी येईपर्यंत मला थांबायला आवडेल.''

''माफ कर डायना. तशी जागा शिल्लक नाही. तू माझी पाहुणी म्हणून

राहिलीस, तर ती मदत मी करू शकते.''

झेनेप हनीमने एका वेटरला खुणेने बोलवलं आणि तुर्की भाषेत त्याला काहीतरी सांगितलं आणि मग डायनाकडे वळून ती म्हणाली, ''मुली, तू दमलेली दिसतेस. तुला हवं असेल, तर वर सरळ तुझ्या खोलीकडे तुला कोणीतरी घेऊन जाईल. तुला जर काही लागलं, तर फक्त रिसेप्शनकडे विचार. नाहीतरी मेरी परत आल्यावर आपण परत भेटणार आहोतच.

झेनेप हनीम जरी दयाळू वाटत होती, तरी तिच्यासमोर मेरी बसली नसल्याची तिला खंत वाटत असावी, हे डायनाने जाणलं होतं.

'खूप धन्यवाद! पण केवळ मेरीसाठी मला तुमची खोली किंवा तुमचं आतिथ्य नको आहे' असं म्हणून तिथून निघून जावं असं डायनाला क्षणभर वाटलं, पण त्याऐवजी तिने मान हलवून झेनेप हनीमच्या प्रस्तावाला मान्यता दिली.

२७

रात्री शांत झोप आल्यावर ब्रेकफास्टसाठी डायना लवकर खाली गेली. ब्रेकफास्टच्या खोलीत गेल्यावर झेनेप हनीम दरवाजाजवळच्या एका स्टुलापाशी एकटीच बसलेली तिला दिसली.

ती आता काय करणार असेल ह्याचा अंदाज घेत डायनाने एक दीर्घ श्वास घेतला. झेनेप हनीमला खूश करायचं होतं म्हणून किंवा मेरीच्या विलक्षण कल्पना तिला खऱ्या वाटल्या म्हणून ती ते करणार नव्हती; पण मेरी अशी का बनली ही एकच गोष्ट जाणून घेण्याचं तिचं ध्येय होतं.

"माफ करा, पण तुझी हरकत नसेल, तर थोडं बोलायचं होतं." डायना म्हणाली.

"बोल ना, मी आता निघणारच होते."

डायनाने दुसरा दीर्घ श्वास घेतला नि ती झेनेप हनीमला म्हणाली, "तुम्ही जे मेरीला शिकवलं ते मला शिकवलंत तर मला आवडेल."

झेनेपने तिच्याकडं शांत मुद्रेने पाहिलं. तिची नजर जणू डायनाच्या मनात घुसली आणि तिच्या विचारांचा, भावनांचा ठाव घेतला.

"डायना, खाली बस."

"म्हणजे तुम्ही तयार आहात नं?"

"तयार कशासाठी?"

डायनाला वाटलं की, ती न समजल्याचं नाटक करतेय. तिला स्वत:ला जास्तच गूढ बनवायचं होतं, असं डायनाला वाटलं. म्हणून झेनेपला तिच्या स्वत:च्याच खेळात डायनाने हरवायचं ठरवलं.

"तुम्ही जसं मेरीला शिकवलंत तसं गुलाबांचा आवाज ऐकायला मलाही तुम्ही शिकवावं असं मला वाटतं."

"मी तसं का करावं असं तुला वाटतंय?"

"कारण मेरीवर ज्याचा इतका परिणाम झाला तो अनुभव फारच आश्चर्यकारक असणार!"

झेनेपच्या ओठांवरचं उत्साहाचे स्मित एकदम मावळलं.

"आणि त्या बदल्यात मी जे मागेन ते देऊ शकशील का तू?"

"काय?"

"मी तुला त्यासाठी आत्महत्या करायला सांगेन."

या उत्तराने डायना पार गोंधळून गेली. तो विनोद होता की नवीन कोडं, हेच डायनाला कळेनासं झालं. म्हणून ती काहीच न बोलता नुसती हसली. तिची अपेक्षा होती की झेनेप हनीमसुद्धा हसेल; पण ती हसली नाही.

"तुम्ही मेरीलादेखील तेच करायला सांगितलं होतं का?"

"त्याची गरज नव्हती. कारण गुलाब खरंच बोलतात का? किंवा ते आपल्याला ऐकू येतं का? अशा शंका मेरीच्या आत्म्याला शिवल्या नाहीत. पण तुझं काय डायना? तुझा आत्मा असा आहे का? तुझा विश्वास आहे का की तूसुद्धा गुलाबांना ऐकू शकशील की तुला शंकाच येतील?"

"अहो, जेव्हा मेरी इथे आली तेव्हा ती एक लहानशी मुलगी होती. मीसुद्धा जेव्हा त्या वयाची होते तेव्हा बोलणाऱ्या गुलाबांपेक्षाही अशक्य अशा गोष्टींवर माझा विश्वास बसायचा!

"उदाहरणार्थ?"

"उदाहरणार्थ मला वाटायचं की, मी पृथ्वीसभोवती पोहू शकेन. माझी आई म्हणायची की, माझे वडील देवापाशी गेले आहेत. म्हणून मीपण विचार केला होता की, मी सर्व पृथ्वीभोवती पोहून देव आणि माझे बाबा राहतात ती जागा शोधून काढीन. जर मला समुद्रात ते सापडले नसते, तर खूप मोठे पंख लावून मी त्यांना आकाशात शोधणार होते. आणि तिथेही ते मला सापडले नसते, तर मला त्यांच्याजवळ घेऊन जाण्यासाठी एखाद्या परीला सांगणार होते. कारण मी एक लहान मुलगी होते. ज्या वेळेस मी स्वप्नात होते त्या वेळेस माझे वडील कुठे होते तुम्हाला माहीत आहे ते?" अश्रू अनावर झाल्याने डायना थांबली, "ओह! जाऊ दे. आता त्याने काहीच फरक पडत नाही."

"आणि मग काय झालं डायना?"

"काय झालं म्हणजे? तुम्हाला काय म्हणायचं आहे?"

"तू वडलांचा शोध केव्हा थांबवलास किंवा ते भेटतील हे स्वप्न केव्हा संपवलंस? त्यांना शोधायचा काहीच मार्ग नव्हता असं तुला कोणी सांगितलं?"

डायना उभी राहिली आणि म्हणाली, "मला माफ करा. चूक झाली माझी. मी

तुम्हाला परत तसदी देणार नाही.''

''मला वाटलंच'' झेनेप हनीम म्हणाली, ''मरायची तयारी नाही, मग गुलाबांचं बोलणं कधीच ऐकू येणं शक्य नाही.''

झेनेप हनीमकडे पाठ फिरवून डायना दरवाजाकडे गेली होती. तरीसुद्धा तिच्या मागे कुजबुजलेला एक प्रश्न तिला ऐकू आला, ''डायना, आयुष्याचं मोल कुणाला सर्वात जास्त समजतं?'' डायना थबकली.

''त्यांनाच, ज्यांनी मरण अनुभवलं आहे.'' झेनेप हनीम म्हणाली.

डायना टेबलापाशी परत आली आणि म्हणाली, ''तुम्हाला माझ्याकडून काय हवं आहे ते सांगा.''

''फक्त एकच गोष्ट. तुझ्यातला 'मी' आहे त्याला मारून टाक. कारण हा 'मी' संपेल तेव्हाच तुला गुलाबांचा आवाज ऐकता येईल. गुलाबांना कसं ऐकायचं ते मी तुला शिकवावं असं तू मला म्हणालीस, म्हणून मी हे तुला सांगतेय.''

''बरं, आता अगदी खरं सांगते'' डायना म्हणाली, ''हा गुलाबाचा आवाज ऐकण्याचा जो प्रकार आहे ना, त्यावर माझा विश्वास नाही. पण तरीही सतत या गुलाबांच्या आवाजाबद्दल ऐकल्याने मला त्याबद्दल खूप कुतूहल आहे. म्हणून तुम्ही मला त्यांच्याशी कसं बोलायचं, हे शिकवू शकलात तर मला ते हवं आहे.''

''पण त्यासाठी काही अटी आहेत माझ्या'' झेनेप हनीम म्हणाली.

''त्या कोणत्या?''

''अगदी सोप्या आहेत. तुला जे सांगेन तेच तू करायचं. तू तुझे धडे मध्येच सोडू शकतेस, पण जोपर्यंत ते करत असशील तोपर्यंत मी सांगेन तसंच तुला करावं लागेल. घरामागच्या बागेमध्ये ठरावीक वेळी धडे दिले जातील. तू एक सेकंदसुद्धा उशिरा येऊन चालणार नाही. उशिरा येण्यापेक्षा नाही आलीस तरी चालेल. बागेमध्ये माळ्याचे शब्द म्हणजे माझे शब्द, हा कायदा असेल. एकूण चार धडे असतील. हा काळ म्हणजे गुलाब ऐकण्याच्या कलेमधली विद्यार्थीदशा असेल. त्यामुळे त्या वेळात तुला एकटीला गेस्टहाउसच्या बाहेर जायला बंदी असेल. माझी आणखी एक अट आहे : जीवनाचा एक कोरा रेझूमे म्हणजे सारांश.''

''कोरा सारांश?''

''साहजिकच आहे. तुझ्या जीवनाचा सारांश म्हणजे एका विशिष्ट वेळी, विशिष्ट जागी आणि विशिष्ट सामाजिक परिस्थितीत जन्मलेल्या एका तरुण स्त्रीचा जीवनसारांश आहे. तू काही शतकानंतर सॅन फ्रान्सिस्कोत जन्मली असतीस किंवा काही शतकांपूर्वी एखाद्या रेड इंडियन कुटुंबात तुला वाढवलं असतं किंवा दक्षिण प्रशांत सागरामधल्या एखाद्या बेटावर तुझा आज जन्म झाला असता, तर तुझा

जीवनाचा अनुभव अगदी वेगळा असता. कदाचित तुझं जीवनाबद्दलचं आकलन आणि समजूत वेगळी किंवा अगदी उलटीदेखील असती.''

झेनेप हनीम पुढे म्हणाली, ''सर्व जीवनसारांश तुलनात्मक असतात. पण ज्याला काळाचं, वेळाचं किंवा सामाजिक वातावरणाचं बंधन नसतं, अशा आपल्याच एका शक्तीमुळे आपण गुलाबांचा आवाज ऐकू शकतो. त्यासाठीच तुला तुझ्या जीवनसारांशामधल्या शिक्षणाचा भाग, पूर्वानुभवाचा भाग, विशेषत: संदर्भविभाग पुसून टाकायला लागेल. ह्यांचा जर गुलाबाच्या बागेत काही उपयोग असता, तर वनस्पतीशास्त्रज्ञांना गुलाबांचा आवाज सर्वप्रथम ऐकू आला असता! जे तू आत्तापर्यंत शिकलीस, अनुभवलंस, ते सर्व तुझ्यासाठी ओझं आहे. हो. तेसुद्धा अगदी वजनदार!''

एकदम काहीतरी आठवल्यासारखं वाटून डायनाने झेनेप हनीमकडे बघितलं आणि चटकन म्हणाली, ''आणि पाण्याला ते ओझं पेलवणार नाही. बरोबर?''

''अगदी बरोबर. पण हे तू कुठे ऐकलंस?''

''मेरीच्या एका पत्रातल्या उल्लेखानुसार माझ्या आईने तिला स्वप्नात येऊन असंच सांगितलं होतं. पण मग मेरी म्हणते की, तिने स्वप्नात जे पाहिलं त्यातल्या बऱ्याच गोष्टी नंतर खऱ्या ठरल्या.''

''ते साहजिकच आहे.'' झेनेप हनीम म्हणाली, ''स्वप्न हे अस्तित्वाचं फुलवलेलं रूप आहे त्यामुळे ते सत्यात उतरतं.''

मेरीच्या स्वप्नांबद्दल पुढे जास्त बोलायचं नव्हतं म्हणून डायना म्हणाली, ''हं, आपण अटींबद्दल बोलत होतो. समजा, त्या सर्व अटी मी पाळायचं ठरवलं तर त्याबद्दल मला काय मिळेल?''

''बागेत प्रवेश करण्यामागे तुझा जो हेतू आहे, ते तुला साध्य होईल. तू बागेत काय करणार ह्याला महत्त्व नाही, पण ते का करतेस ह्याला महत्त्व आहे. केवळ दुसऱ्यांपेक्षा वेगळं काही मिळविण्यासाठी तुला गुलाबाचं बोलणं ऐकायचं असेल, तर ते जमणार नाही. त्याने तुझ्या पदरात फक्त गर्व पडेल. फक्त गुलाबांचं बोलणं ऐकायचं, असा तुझा मानस असेल, तर तुला ते ऐकू येतील किंवा मेरीप्रमाणे गुलाबांमधून तुझ्या आईचा आवाज ऐकण्याच्या उद्देशाने बागेत शिरशील, तर तुला तुझ्या आईचा आवाजदेखील ऐकू येईल किंवा तुझी नुसती करमणूक करून घ्यायची इच्छा असेल तर तसंही होईल, पण पदरात काहीच पडणार नाही!''

सर्वकाही डायनाला विनोदी भासत होतं. थोड्याच वेळापूर्वी जी बाई अगदी मृदू स्वभावाची वाटली होती तिचं रूप एकदम पालटलं होतं. ती एखाद्या उत्तम शिस्तीच्या मॅनेजरसारखी किंवा कनिष्ठ अधिकाऱ्यांना चौफेर आज्ञा सोडणाऱ्या जनरलप्रमाणे भासत होती. ती ज्या विषयावर सहजपणे भाषण देत होती तो विषय

जणूकाही फुलं, पक्षी, मधमाश्या यांच बोलणं ऐकण्याबाबतचा सोपा विषय नव्हता!

"मी एका गोष्टीने चक्रावून गेलेय." डायना म्हणाली, "गुलाबांचं बोलणं ऐकू येतं ह्यावर एखाद्याचा विश्वास असो वा नसो, पण गुलाबाचा आवाज ऐकायचा, ही कल्पनाच अतिशय सनसनाटी वाटते! पण त्याच वेळी तुमच्या अटींची यादी, तुमची वागण्याची तऱ्हा... बरं, असो. गैरसमज करून घेऊ नका. पण या सर्व गोष्टींमुळे बंदिस्त आणि कोंडल्यासारखं वाटेल."

"पावसाळी ढग, पाऊस, पाणी या सर्व गोष्टीदेखील सनसनाटी आहेत, पण तहान भागवण्यासाठी शेवटी त्यांना मर्यादा घालणारा ग्लास आपल्याला लागतोच ना?"

काही वेळ गप्प राहिल्यावर डायनाने विचारलं, "फक्त चार धडे आहेत असं म्हणालात ना तुम्ही?"

"हो, फक्त चार."

✣ ✣ ✣

"मग चालेल तर!"

झेनेप हनीम बसली आणि म्हणाली, "आपला पहिला धडा उद्या सकाळी ६:११ला सुरू होईल. "गुलाब ऐकण्याचं गणित" हा आपला विषय असेल. बीजगणित, भूमिती वगैरे विषयांसारखी पुस्तकं तुला घेऊन यायला नकोत. फक्त दरवाजाजवळ ठेवलेल्या स्टुलाजवळ अगदी वेळेवर ये, म्हणजे पुरेसं आहे."

"सकाळी ६:११ वाजता?"

"हो, बरोबर ६:११ वाजता."

इतक्या पहाटे उठण्याच्या कल्पनेने डायनाला आनंद झाला नव्हता, तरी तिने होकारार्थी मान डोलवली.

"उत्तम. आता आपण आपापल्या घड्याळांमध्ये एकसारखी वेळ लावून घेऊ." झेनेप हनीम म्हणाली, "ओह, एक गोष्ट सांगायला मी विसरलेच. आपल्या चार धड्यांनंतर तू जर गुलाब ऐकू शकलीस, तर एक छानसं बक्षीस तुझ्या वाट्याला येईल!"

"खरंच असं काही होईल असं वाटतंय तुम्हाला? माझ्यावर फारच विश्वास दिसतोय तुमचा!"

"जोपर्यंत तुझा स्वत:वर विश्वास आहे, तोपर्यंत माझा तुझ्यावर विश्वास राहील."

"मग बक्षीस काय असणार आहे?"

"शतकांपासून चालत आलेली एक म्हण आहे...."

“आणि मी अयशस्वी झाले तर?” हे डायना बळजबरीने हसून म्हणाली, “नापास झाल्यावर काही शिक्षा नाहीये ना?”

“गुलाबाचं मौन” झेनेप हनीम म्हणाली, “ज्यांना गुलाब ऐकू येत नाहीत त्यांना गुलाब ऐकू न येणं हीच एक मोठी शिक्षा असते!”

२८

डायना एका स्टुलवर बसली. झेनेप हनीमने धड्यासाठी ठरवलेल्या वेळेला अजून पाच मिनिटांचा अवधी होता. बागेच्या भोवतालचं लाकडी कुंपण डायनापेक्षा उंच होतं, त्यामुळे तिला पलीकडचं बघता येत नव्हतं आणि कुंपणाच्या अगदी उलट, बागेचा दरवाजा फारच बुटका होता.

तिचे डोळे तिच्या घड्याळाच्या मिनिट काट्यावर खिळले होते आणि 'गुलाब ऐकायचं गणित म्हणजे काय असेल' ह्या विचारात तिचं मन गुंतलेलं होतं. तिने आपली कल्पनाशक्ती कितीही ताणली तरी त्या विलक्षण गणितात काय असेल, त्याची तिला कल्पना येत नव्हती.

तिच्या घड्याळाचा काटा सहाच्या पुढे अकरा मिनिटावर येताक्षणीच तिने झेनेप हनीमचा आवाज ऐकला, "तुला सहजासहजी आकलन होईल, अशी ती गोष्ट नाहीये."

वाटलेलं आश्चर्य लपवण्यासाठी डायना नुसती हसली. एकंदर तिला तसं वाटलं होतं, पण तरीसुद्धा झेनेप हनीमने तिचे विचार ओळखले असतील असं तिला वाटलं नव्हता.

"मला आकलन होणार असेल, तर 'गुलाब ऐकण्याचा' एकंदर काय प्रकार आहे, ते तरी तुम्ही मला सांगा."

"तू कधी ऑलिव्ह खाल्लं आहेस का?" झेनेप हनीमने विचारलं.

"हो, अर्थातच. का?"

"हं. तर मग ऑलिव्हची चव कशी असते ते तू मला स्पष्ट करून सांगू शकशील का? आपण एक करार करू. तू जर ऑलिव्हच्या चवीचं वर्णन मला सांगशील, तर गुलाब ऐकणं म्हणजे काय असतं ते मी तुला सांगेन."

"ठीक आहे." डायना म्हणाली, "ऑलिव्ह... ते...ते जरा खारट... म्हणजे...

ती ऑलिव्हसारखी चव... म्हणजे ते चवीला जरा तीव्र असतं... म्हणजे....''

झेनेप हनीमने तिचं नाक पुसलं आणि म्हणाली, ''अरे बाप रे! माझ्या तोंडात आता खारट, तेलकट, तीव्र अशा चवी आल्या आहेत. नशिबाने मी ऑलिव्ह खाल्लेली आहेत, नाहीतर तू केलेल्या वर्णनानंतर मी ऑलिव्ह कधीच चाखली नसती!''

''ठीक आहे, ठीक आहे, तुम्ही जिंकलात,'' डायना म्हणाली.

''बरं, आता ऑलिव्हची चव किंवा गुलाबांचं बोलणं ऐकणं आपण जरा बाजूला ठेवू आणि आपण बागेत पाऊल टाकण्याआधी हा गणिताचा धडा उरकून टाकू. ठीक आहे ना?''

''हं. तुम्ही बोला, मी ऐकत्येय.''

''गुलाब ऐकण्याच्या कलेवर विश्वास असो वा नसो, पण प्रत्येकाला गुलाब ऐकण्याच्या गणिताचा अभ्यास करायला लागतोच. कारण केवळ एवढंच की, ह्या धड्यात तू जे समीकरण शिकशील ते अशा प्रत्येक प्रश्नाला लागू पडतं, ज्या प्रश्नांना अगणित उत्तरं असू शकतील, पण ती उत्तरं आपल्या पाच ज्ञानेंद्रियांच्या जोरावर देता येणार नाहीत. उदाहरणार्थ हा प्रश्न – मृत्यूनंतर पुढे काय होतं?

''आता अशा प्रश्नांना आपण घाईने उत्तर द्यायचा प्रयत्न करण्यापूर्वी मनामध्ये आपण हे समीकरण लक्षात ठेवलं पाहिजे : एक भागिले अनंत संख्या (१/००). असं का ते मी एका मिनिटाने सांगेनच. पण तू मला आधी सांग की, आत्तादेखील गुलाबाचं गाणं तुला ऐकू येतंय का?''

''तुम्हाला पूर्णपणे माहीत आहे की, मला असं काही ऐकू येत नाहीये!''

''काय हे! जरा तर्क लढव. कदाचित तुला ते अचूक समजेल.''

झेनेप हनीम आता आपल्याला सोडणार नाही हे जाणून डायना म्हणाली, ''ठीक आहे. छान! ते आता 'पर्पल रेन' हे गाणं म्हणतायत.''

''तुला वाटतंय का की तू गाणं अचूक ओळखलंस म्हणून?''

''बिलकूल नाही!''

''मी तुला आणखी एक चान्स देते. नीट विचार करून सांग.''

''ओ.के. आता लक्षात आलं. कॅट स्टीव्हनसनचं 'मॉर्निंग हॅज ब्रोकन' हे म्हणतायत!''

''तू या वेळेस बरोबर ओळखलंस असं वाटतंय का तुला?''

''नक्कीच नाही. तुमच्या मनात नक्की आहे तरी काय?''

''ते जाऊ दे. आता तुझं संख्याशास्त्राचं ज्ञान किती आहे ते आपण पाहू. गाणं अचूक ओळखण्याची शक्यता किती आहे असं तुला वाटतं?''

''अजिबात नाही!''

“अगदी बरोबर! जितकी गाणी गायली जात आहेत त्या संख्येला शक्य असलेल्या उत्तरांच्या संख्येने भागलं, तर अंदाज लावून आपण अचूक गाणं सांगू शकू. गाणं गायलं जातंय ती संख्या १ आणि तू नीट लक्षात घेतलंस तर कळेल की, हजारो वर्षांपासून आतापर्यंत लिहिलेली, शेकडो भाषांमधली लक्षावधी कवींनी लिहिलेली गाणी धरली, तर त्यांची संख्या कित्येक कोटी होईल. आतापर्यंत लिहिल्या न गेलेल्या, पण गुलाबांना माहीत असलेल्या गाण्यांची संख्या त्या कित्येक कोटी संख्येत मिळवली, तर आपल्याला नक्कीच अनंत गाणी मिळतील. ह्या परिस्थितीत गाणं अचूक ओळखण्याची शक्यता ‘१ भागिले अनंत’ अशी असणार. गुलाबाचं गाणं कसं ऐकायचं ते शिकण्याअगोदर ह्या समीकरणाचं उत्तर आपल्याला मिळायला पाहिजे. मग आता मला सांग की ते उत्तर किती येईल?”

“माझ्या माहितीप्रमाणे ते उत्तर ‘शून्य’ येईल.” डायना म्हणाली.

“बरोबर, पण ते नेहमीचं शून्य असेल, तर गुलाबाचं गाणं ऐकू यायची अजिबात शक्यता नाही, असंच आपण म्हटलं असतं. पण खरं म्हणजे ते ऐकू येतं म्हणून ह्या समीकरणाचं उत्तर नेहमीचं शून्य नसून ‘विशेष शून्य’ आहे.”

“विशेष शून्य?”

“डायना, तुझं गणिताचं ज्ञान माझ्यापेक्षा नक्कीच जास्त आहे. तरीसुद्धा ह्या समीकरणाची गणिती किंमत किती आहे हे तुला संक्षिप्तपणे सांगायला मला आवडेल.”

“आता कोणतंही एक समीकरण घेऊ. एक भागिले कोणतीही एक संख्या. यामध्ये जसजशी भाजकाची किंमत वाढत जाईल तसतशी उत्तरामधल्या एकाच्या अगोदरच्या शून्यांची संख्या वाढत जाईल. म्हणून एक ह्या संख्येला अनंताने भागलं, तर उत्तरात १ च्या अगोदर अनंत शून्य असणार. म्हणून उत्तर वाचताना असं म्हणावं लागेल – ‘शून्य दशांश चिन्ह शून्य-शून्य-शून्य... असं अनंतापर्यंत आणि मग सहज दिसला नाही, तरी अगदी शेवटी एक हा आकडा असणारच. उत्तर शून्यच आहे, पण असं ‘विशेष’ शून्य की, ज्याच्या शेवटी अनंतात लपलेला का होईना, पण १ हा आकडा आहे!

“आता ही गोष्ट फार महत्त्वाची आहे. ते समीकरण जरी असं सांगतं की, अंदाजाने गाणं अचूक ओळखण्याची शक्यता शून्य आहे, तरी ते असंही सूचित करतं की, अचूक उत्तर सापडणं हे देखील अशक्य नाहीये, कारण शेवटी १ हा आकडा आहे.

“गुलाब कोणतं गाणं म्हणतायत असं मी तुला विचारलं तेव्हा तू म्हणालीस की तुला माहीत नाही आणि ते तुझं उत्तर अगदी छान आहे. का? कारण सांगता येणार नाही, हे तुला माहीत होतं. ज्या प्रश्नाला अगणित उत्तरं असू शकतात आणि

ज्याचं उत्तर आपल्या पंचेंद्रियांच्या आकलनाबाहेर आहे, त्याला नुसत्या अंदाजाने उत्तर देणं किती निष्फळ आहे ते तुला उमजू शकलं.''

''म्हणून केवळ अंदाज किंवा बुद्धीचा उपयोग करून अचूक गाणं शोधता येणार नाही; ते फक्त 'साक्षी' बनून ओळखता येतं. सर्वप्रथम आपल्याला हे समजायला पाहिजे की, गुलाबांना आपण फक्त कानांनी न ऐकता अंत:करणाद्वारेच ऐकू शकतो.

''जन्माच्या वेळी प्रत्येकाच्या अंत:करणाला ही कला अवगत असते. पण जसजसा काळ वाढत जातो तसतसं अंत:करण बधिर होत जातं. म्हणून ज्यांना गुलाबाचं बोलणं ऐकावसं वाटतं, त्यांनी मोठं होताना आपल्यावर जे संस्कार घडतात त्यांच्या बाहेर पडून ती कला परत हस्तगत करायला पाहिजे. गुलाबांच्यात कायम रस घेऊन त्यांचं नीट संगोपन केल्यानेच ही गोष्ट शक्य होऊ शकते.

''कदाचित बागेच्या पहिल्या भेटीतच आपल्याला गुलाबांचा आवाज ऐकू येणार नाही. पण आपण कधी आशा सोडायची नाही. सर्वात महत्त्वाचं म्हणजे खात्री न वाटणं आणि त्यासोबत दुसरा कोणताही नकारात्मक विचार किंवा भावना असणं ह्या सर्व गोष्टी बागेमध्ये आपल्या शत्रू ठरतात.

''एका पर्वताची कल्पना कर. त्याच्या शिखरावरून दिसणारा देखावा रम्य असतो. तुम्हाला तिथे वर पोहोचायचंय, पण ते शिखर इतकं दूर वाटतं की, तिथे पोहोचायची आशाच तुम्ही सोडून देता. 'मी तिथे पोहोचूच शकत नाही' असं स्वत:ला सांगून तुम्ही प्रयत्नसुद्धा थांबवता.

''सत्य असं आहे की, जे त्या शिखरापर्यंत पोहोचले, त्यांची पावलं काही तुमच्यापेक्षा मोठी नव्हती, पण तीच लहान पावलं पुढे टाकत टाकत ते तिथे पोहोचले. अशक्य गोष्टी चमत्काराने साध्य होत नाहीत, चिकाटीने साध्य होतात. ह्याच नियमाने पाणीदेखील शिळांना झिजवू शकतं आणि अशाच तऱ्हेने एकविसाव्या शतकातल्या माणसांनादेखील गुलाबाचं बोलणं ऐकू येऊ शकतं.

''आपण ते ऐकू शकू असा आपला विश्वास असेल आणि आपण चिकाटी सोडणार नसू, तर आज ना उद्या आपल्याला गुलाब ऐकू येतील. ते शक्य आहे, कारण नेहमीच शून्याच्या शेवटी १ हा आकडा लपलेला असतो. हा शून्याचा मार्ग आपण अनंतापर्यंत अनुसरला, तर आपण त्या १ आकड्यापर्यंत नक्कीच पोहोचू शकू.''

''पण गुलाब अजिबात बोललेच नाहीत, तर काय?'' डायना म्हणाली, ''त्यांनी कुठलंच गाणं म्हटलं नाही तर? त्याबद्दलची शक्यता मी तुम्हाला सांगते. तशा परिस्थितीत गुलाबांच्या गाण्याची संख्या 'शून्य' असेल आणि अनंताने त्याला भागल्यावर उत्तर परत शून्यच येईल! त्या वेळेस ते 'विशेष शून्य' नसून साधेच

'शून्य' असेल. एक मोठा भोपळा! ह्याचा निष्कर्ष म्हणजे तसं कुठलंच गाणं गुलाब गात नाहीत आणि त्यांना ऐकण्याची शक्यताही शून्य आहे!''

''खरं आहे.'' झेनेप हनीम म्हणाली, ''दोन रस्ते आहेत. एक इथे सुरू होऊन इथेच संपतो आणि दुसरा अनंतापर्यंत पोहोचतो. 'गुलाब गातात कां?' किंवा 'मला गुलाब ऐकू येणं शक्य आहे का?' ह्या प्रश्नांची उत्तरं देताना आपण त्या दोनपैकी एक रस्ता निवडतो. ह्या प्रश्नांची फक्त दोन उत्तरं असू शकतात. 'हो' किंवा 'नाही'. तिसरं उत्तरच नसतं. जे 'हो' म्हणतात, त्यांच्यासाठी समीकरणाचं उत्तर 'विशेष शून्य' असं असतं. उलट जे 'नाही' म्हणतात त्यांच्यासाठी तू म्हणालीस तसं उत्तर फक्त 'भोपळा' असतं. म्हणूनच जे नाही म्हणतात त्यांच्यासाठी गुलाब ऐकण्याची शक्यता कधीच उरत नाही. ते त्यांना खरं म्हणजे नकोच असतं. त्यांना कानांनी ऐकू येणारे आवाज पुरेसे असतात. त्यापलीकडचे कुठलेही आवाज ऐकण्यात त्यांना स्वारस्य नसतं.''

''पण कुठलं उत्तर बरोबर आहे ते कुणी ठरवायचं?'' डायनाने विचारलं.

''डायना, कोणतं उत्तर बरोबर आहे हा वादच नाहीये. तुम्हाला कशावर विश्वास ठेवावासा वाटतो ते महत्त्वाचं आहे. स्वत:ला विचारून पाहा – 'माझा कशावर विश्वास आहे?' इतकं सोपं आहे ते. 'मी गुलाब ऐकू शकत नाही' असं उत्तर मिळालं तरी त्याबद्दल तुला कोणी दोष देऊ शकत नाही. त्या गोष्टीवर विश्वास ठेवणाऱ्या व्यक्तींसारख्या विश्वास न ठेवणाऱ्या व्यक्तीसुद्धा असणारच. रात्र असल्यामुळे दिवसाला अस्तित्व आहे आणि दिवसामुळे रात्रीला! 'रात्र जास्त सुरेख असते की दिवस?' असं विचारण्याऐवजी 'मी काय मानते?' असं स्वत:ला विचारायला पाहिजे. म्हणून स्वत:ला विचारा, 'मी गुलाब ऐकू शकते ह्यावर माझा विश्वास आहे का?'

''पण हा प्रश्न तुम्ही स्वत:ला विचारायलाच पाहिजे. कारण तुमचं उत्तर 'नाही' असेल अशी तुमची खात्री असेल, तर तुम्ही बागेत शिरायलाच नको, कारण तिथे येणाऱ्या अडचणी, निराशा, असफलता वगैरेला तुम्हाला तोंड द्यावं लागणार नाही. आणि सर्वांत महत्त्वाचं म्हणजे तुला माझं ऐकायला लागणार नाही! तुला गुलाब ऐकण्याच्या प्रतीक्षेत गुलाबांच्या सोबत राहून दिवस, महिने, वर्षं घालवावी लागणार नाहीत. सर्वकाही सोपं होईल; सुखद होईल. उदाहरणार्थ, बागेत जाण्यासाठी अगदी पहाटे उठून बसण्याऐवजी हवा तेवढा वेळ अंथरुणात झोप काढता येईल. त्यात खरी मजा आहे असं तुला वाटत नाही कां?''

आणखी काही बोलायच्या आधी झेनेप हनीम थोडा वेळ थांबली. मग म्हणाली, ''खरं म्हणजे तू गुलाब ऐकू शकतेस की नाही ह्यावरच्या तुझ्या विश्वासावर सर्वकाही अवलंबून आहे. विचार कर की, ज्याला असं वाटतं की तो स्वत: गुलाब

ऐकू शकेल अशा व्यक्तीला झोपणं आवडेल की गुलाबाचं गाणं ऐकण्याच्या आशेने लवकर उठणं आवडेल? म्हणून डायना, 'हो, मला गुलाब ऐकू येतात' असं म्हणणाऱ्यांपैकी तू आहेस का?''

झेनेप हनीम डायनाच्या उत्तरासाठी खूप वेळ थांबली, पण तिला काहीच उत्तर मिळालं नाही.

''मला माहीत आहे की, तू जे उत्तर दिलंस त्यामुळेच तू इथे आहेस.''

''पण मी काहीच उत्तर दिलं नाही!''

''मला ऐकायचं होतं ते उत्तर मी ऐकू शकले. कधीकधी शंभर खात्रीलायक उत्तरांपेक्षा मौन हेच जास्त खात्रीचं उत्तर वाटतं.''

डायना गप्पच राहिली.

''तरीसुद्धा, गुलाब कोणतं गाणं म्हणतायत ते कळण्यासाठी केवळ 'गुलाब गातात' यावर विश्वास ठेवणं पुरेसं नाही. खरं कोणतं गाणं गायलं जातं आहे ते अचूक ओळखण्यासाठी दोनच मार्ग आहेत. एक म्हणजे ते तुम्ही स्वत: ऐका किंवा जो ऐकू शकतो त्याच्याकडून ऐका.

''तरीसुद्धा स्वत: ऐकणं हे अधिक चांगलं. गुलाबांना दैवी आवाज असतो. ते तुम्हाला तुमच्यामधून बाहेर काढतात. त्यांच्या जगात नेतात आणि सुगंधाने न्हाऊ घालून परत आणून सोडतात. त्यानंतर तो सुगंध गुलाबातून न निघता तुमच्या अंतरंगातून निघतो, कारण सरतेशेवटी तुमच्या लक्षात आलेलं असतं की, गुलाबाची जबाबदारी स्वीकारणं म्हणजे काय असतं!''

''एक मिनिट थांबा'' डायना म्हणाली, ''वडलांना लिहिलेल्या शेवटच्या पत्रात मेरीनेदेखील असंच लिहिलं होतं. तिनं लिहिलं होतं की, 'गुलाबाची जबाबदारी स्वीकारणं म्हणजे काय हे मला शेवटी कळलं' आणि म्हणूनच ती घर सोडून जात होती. ते पत्र तिनं लिहिलं तेव्हा नक्कीच तिने तुमच्याकडे यायचं ठरवलं असणार आणि म्हणून तिने घर सोडलं असणार!''

''मला नाही तसं वाटत.'' झेनेप हनीम म्हणाली, ''मेरीला कळलंच असणार की, गुलाबाच्या बागेसाठीसुद्धा तिला घर सोडायची गरज नव्हती.''

आपल्या विचारांमध्ये डायना काही वेळ बुडाली होती. मग ती म्हणाली, ''जिला माहीत आहे' असा तिने तुमच्याबद्दल पत्रात उल्लेख केला होता. मला एक सांगा, आपल्या पंचेंद्रियांपलीकडची ती गोष्ट आहे हे कबूल, पण त्याचा गुलाबांशी काही संबंध नाही....''

''मग त्याचा तुझ्या आईशी संबंध आहे. असंच ना?''

''तुम्ही कसं ओळखलं?''

''मेरीला हीच गोष्ट जाणून घ्यायची होती.'' झेनेप हनीम म्हणाली, ''मेरीने

केलं तसंच तू कर. ती इथे असेपर्यंत तिने आईबद्दल बातमी मिळण्याची देवाजवळ प्रार्थना केली. देवाचं बोलणं तुला ऐकू आलं नाही तरी, तुझं त्याला नक्की ऐकू येईल. तुझ्या आईला काय झालं ते इतर कुणाला माहीत नसलं, तरी देवाला नक्कीच माहीत आहे. त्याला विचारलंस तर तो सांगेल.''

डायनाच्या डोळ्यात विश्वासाची झलक दिसली नाही.

''देव आपल्याला नेहमी उत्तर देतो आणि जी व्यक्ती आईच्या बातमीसाठी इतकी आतुर झालेली आहे, तिला तर नक्कीच उत्तर देतो! ज्यांना त्याने स्वत: घडवलं त्यांना त्यांच्याबद्दल किंवा प्रत्यक्ष स्वत:बद्दल देव कधीच अपुरी माहिती देणार नाही. ह्यातूनच त्याची श्रेष्ठता कळते. काही जणांना वाटतं की, देव इतका मोठा आणि उच्च आहे की, आपल्या जीवनात दखल द्यायला त्याला फुरसत नसते. उलटपक्षी तो इतका मोठा आणि श्रेष्ठ असल्यामुळेच आपल्या क्षुल्लक बाबीतदेखील तो आपुलकीने रस घेतो.''

झेनेप हनीमचे डोळे चमकले. ''तो आपली काळजी घेत असतो डायना, नक्कीच घेत असतो आणि तीसुद्धा उत्तम प्रकारे! तो डायनामध्ये, मेरीमध्ये, झेनेपमध्ये, सर्वांमध्ये रस घेतो. आपल्या प्रत्येकाची स्वत: जातीने काळजी घेतो. तो नेहमीच आपल्याजवळ असतो, पण ते समजण्यासाठी आपणही त्याच्याजवळ असायला लागतं. देव नेहमीच आपली काळजी घेतो, असं मेरीला कायम वाटायचं म्हणून तिने देवाला आईविषयी विचारलं.''

''मीसुद्धा विचारलं'' डायना म्हणाली, ''आईच्या बातमीसाठी मी कितीतरी वेळा देवाची प्रार्थना केली. मी त्याची आर्जवंदेखील केली, पण मला कधीच उत्तर मिळालं नाही. माफ करा, पण मला वाटतं की, देवदेखील आपल्याला उत्तर देत नाही.''

''नाही. असं नाहीये हं. तो बऱ्याच वेळा वेगळ्या प्रकारे उत्तर पाठवत असतो. कधीकधी स्वप्नामध्ये, कधी गुलाबामार्फत, कदाचित आईमार्फत किंवा एखाद्या भिकाऱ्यामार्फतदेखील!''

''भिकारी?''

''बाळा, मी काही चुकीचं बोलले का?''

काय बोलावं हे डायनाला कळेना. झेनेप हनीम जे बोलली होती, तो केवळ एक योगायोग होता, अशी तिने स्वत:ची समजूत घालून घेण्याचा प्रयत्न केला. आश्चर्य लपवायचा प्रयत्न करत तिने झेनेपला बोलणं पुढे चालू ठेवण्याची खूण केली.

''डायना, तुझ्याप्रमाणेच मेरीलादेखील आईची हकिकत अजून कळलेली नाही; पण तिला कळलेच नक्की! 'आईला ती मुकली आहे' अशी बातमी असणार

नाही तर 'आईला' ती कधीच मुकणार नाही' अशी ती बातमी असणार आहे.''

''पण ते कसं घडणार?'' कापऱ्या आवाजात डायनाने विचारलं.

''जर देवाच्या मनात आलं, तर काहीही घडू शकतं. जर त्यानं ठरवलं तर तो मेरीच्या आईची हकिकत अशी सांगू शकेल, सदुसष्ट वर्षांपूर्वी एक पुरुष आणि एक स्त्री प्रेमात पडले. त्यांनी लग्न केलं आणि दोन वर्षानंतर त्यांना एक मुलगी झाली. डॉक्टरला तिच्या जगण्याची आशा नसताना ती मुलगी वाचली आणि मोठी झाली. कित्येक वर्षानंतर ती एक मोठी स्त्री झाल्यावर तिला एका दूर देशाच्या प्रवासात एक वृद्ध माळी भेटला. माळ्याने तिला सांगितलं की, तो तिला गुलाबांचं बोलणं ऐकण्याची कला शिकवू शकतो. तिचा त्यावर विश्वास बसला आणि त्यानंतर पुढच्या वीस वर्षांपर्यंत गुलाब ऐकण्याच्या कलेचा तिने अभ्यास केला. तिला बरेच अडथळे आले. तिच्या ह्या अशा वेडेपणामुळे पुढे तिला नवऱ्याने सोडून दिलं. समाजानेपण तिची कुचेष्टा केली, त्यामुळे शेवटी घर सोडून दुसरीकडे जाण्याशिवाय तिला पर्याय उरला नाही आणि म्हणून ती इस्तंबूलला आली. तिथे तिने बाग असलेलं एक घर विकत घेतलं आणि सर्व वेळ बागेतल्या गुलाबांबरोबर घालवला. थोड्याच काळानंतर माळ्याने तिच्या अंत:करणात पेरलेल्या गुलाबाला कोंब फुटला आणि शेवटी तिला गुलाबांचा आवाज ऐकू येऊ लागला.

''डायना, ह्या सर्व आणि इतर काही घटना त्यांच्याभोवती का घडतात ते तुला कळलं का? कदाचित मेरीला तिच्या आईचा आवाज गुलाबांमधून ऐकवावा असं देवाच्या मनात असावं, ह्यासाठीच झेनेपचा जन्म झाला. बाग बनवली गेली आणि गुलाब फुलत आहेत.''

मेरीला तिच्या आईचा आवाज ऐकू येईल हे गृहीत धरून झेनेप जरी खूप प्रभावीपणे बोलत होती, तरीसुद्धा झेनेप हनीमचे शब्द तिचं सांत्वन करायला अपुरे पडले.

''ठीक आहे'' झेनेप हनीम म्हणाली, ''प्रास्ताविक आणि गणिताचा धडा आजपुरता इतकाच. मी खूप वेळ बोलत होते. आता आपण जरा थांबू आणि मग तेहतीस मिनिटानंतर इथे परत भेटू. ओ.के.?''

''ठीक आहे'' डायना म्हणाली, ''पण माझा आणखी एक प्रश्न आहे. गुलाब कोणतं गाणं म्हणत होते?''

''ते मी तुला सांगू शकत नाही.'' झेनेप हनीम म्हणाली, ''जर मी सांगितलं, तर ते स्वत: मिळवायचा प्रयत्न तू करणार नाहीस!''

२९

त्या दोघी जेव्हा त्यांच्या स्टुलांजवळ आल्या, तेव्हा झेनेप हनीम म्हणाली, "डायना, आता त्या तिकडच्या कारंज्याजवळ जाऊन तुझं डोकं नीट धुऊन इथे ये."

"पण आज सकाळीच मी केस धुतले."

"ते मला दिसतंय. तरीपण जा आणि परत धुऊन ये."

खांदे उडवून डायना कारंज्याकडे गेली. पाणी चांगलंच गार होतं आणि सांभाळलं तरी तिचे कपडे थोडेफार भिजलेच. सकाळच्या थंडीत कुडकुडत असल्याने हिवाळा नाही याचं तिला बरंच वाटलं. केसातलं पाणी पिळून टाकून आणि बोटांनी केस विंचरल्यासारखं करून, एखाद्या आज्ञाधारक शाळकरी मुलीसारखी ती स्टुलाकडे परत आली.

"आता डायना, त्या तिकडच्या कारंज्यावर जाऊन परत एकदा तू केस नीट धुऊन घ्यावेस, असं मला वाटतं."

क्षणभर डायनाला वाटलं की, ती परत एकदा मागच्या काळात गेली. झेनेप हनीमचे फक्त शब्दच पूर्वीसारखे नव्हते, तर तिच्या चेहऱ्यावरचे भावही तसेच कडक होते. एक शब्दही न बोलता क्षणभर डायना स्टुलावर खिळून बसली.

झेनेप हनीमची नजर सहन न झाल्यामुळे ती परत निमूटपणे त्या दुसऱ्या कारंज्याकडे गेली आणि तिने परत एकदा डोकं धुतलं. स्टुलाकडे परतताना तिला भीती वाटली की, झेनेप हनीम तिला परत एकदा डोकं धुवायला पाठवते की काय!

"शाबास!" झेनेप हनीम म्हणाली, "आता हे झाल्यावर आपण सुरुवात करू शकतो. अरेच्चा, पण मी एक गोष्ट विसरायच्या आधी तुला सांगते की, हा धडा जर ठीक झाला, तर पुढच्या धड्यात तुझ्यासाठी एक नवलाईची गोष्ट असेल!"

"कसलं नवल?"

"अगं, नवल काय हे आधीच कसं सांगायचं?"

"अस्सं! बरं एक सांगा, मला बागेत प्रश्न विचारायला परवानगी आहे का?"

"अर्थातच! पण तरीसुद्धा तुझं ध्येय गाठण्यासाठी आपण इथे जे जे करू त्यामागची कारणं शोधण्याची जरूरी नाही. इथे जे अनुभवणार आहेस ते विसरली नाहीस, तर आज ना उद्या तुझ्या सर्व प्रश्नांची उत्तरं तुला मिळतील.

"आपण बागेत असताना तू विद्यार्थी आहेस आणि शिक्षकपण आहेस. तुझ्याजवळ अगोदरच सर्व उत्तरं आहेत. मी पूर्वी म्हटल्याप्रमाणे एके काळी गुलाब ऐकण्याची क्षमता तुझ्याकडे होतीच. तू ज्या गोष्ट विसरली आहेस त्यांची फक्त आठवण करून देण्यासाठी मी इथे आहे, एवढंच.

"पण मला केस कशासाठी ओले करायला लावलेत, ते मला आधी जाणून घ्यायचं आहे."

"इथल्या बागेतला प्रत्येक प्रश्न हा बीजासारखा असतो. काळाने त्याला मुळं फुटतात, मग फांद्या, कळ्या येतात आणि शेवटी त्या उमलतात. लक्षात ठेव की, तुझे स्वच्छ केस इतक्या थंडीत तुला दोनदा धुवायला लागले हे तू जन्मात विसरणार नाहीस. एकदा एखादा अनुभव घेतला की, तो सहसा विसरायला होत नाही आणि 'विसरायला होत नाही' ह्यामधेच तू इतका वेळ शोधत असलेलं उत्तर सापडेल; पण या वेळी मला तुझ्या प्रश्नाचं उत्तर देऊ दे. तू ते डोकं स्वच्छ धुऊन यावंस असं मला वाटलं कारण ते डायनाचं डोकं होतं."

"पण मीच डायना आहे ना?"

"आपण आपला 'रिझूमे' म्हणजे जीवनसारांश विसरून जायचं ठरवलं होतं ना?"

"बरं, पण मग मला दुसऱ्यांदा डोकं कशाला धुवायला लागलं?"

"पहिल्या धुण्यानंतर डायनाच्या केसाचं वळण बदललं, पण ते वळण ठरवणारं मन तिथेच होतं."

"ओहो, म्हणजे दुसऱ्यांदा डोकं धुतल्याने मी 'डायना'सारखा विचार करायची थांबले म्हणायचं, असंच ना?" कुत्सित हास्य करून डायनाने विचारलं, "म्हणजे मला टीका करायची नाहीये, पण हे सर्व वर्तन फाजील शिष्टाचाराप्रमाणे वाटतंय."

"तू म्हणतेस ते बरोबर आहे; नुसत्या कारंजातल्या पाण्याने तू मन धुऊ शकत नाहीस, पण ते प्रतीकात्मक आहे. तुझं मन आता शांत आहे. पण त्याचा अवमान केला नाहीस, तर ते कधीतरी तुझ्याशी बोलेल. तुझ्या अंत:करणावर एक ठसा उमटला गेला आहे! आत्ता त्याची तुला जाणीव होत नसेल, पण जेव्हा योग्य वेळ येईल तेव्हा ते प्रकट होईल."

"ती योग्य वेळ केव्हा येईल?"

''ज्या दिवशी तुझ्या लक्षात येईल की, तुला महत्त्वाच्या वाटणाऱ्या माहितीचा आता तुला काहीच उपयोग होत नाही, त्या दिवशी कदाचित ती वेळ आलेली असेल! किंवा शिडीवरून वर चढण्यासाठी खालच्या सोडलेल्या पायरीवर पाय ठेवून चढता येत नाही, ही समज तुला येईल तेव्हा कदाचित ती वेळ येईल.''

बाग बघायच्या उत्साहात डायनाने आणखी प्रश्न विचारणं सोडून दिलं.

३०

डोकं खाली वाकवूनसुद्धा डायनाचं डोकं त्या दाराच्या चौकटीवर आपटलं. पण पलीकडे खरोखरच सुंदर बाग दिसली!

पहाटेच्या उजेडात मंद गुलाबी रंगाचं विरळ धुकं सगळीकडे पसरलं होतं आणि त्यामुळे बागेमध्ये एक रहस्यमय वातावरण तयार झालं होतं. तरीदेखील तिथले इंद्रधनुष्यासारखे रंग लपू शकत नव्हते. षटकोनी लाद्यांनी बनवलेली एक अरुंद वाट गुलाबांच्या ताटव्यातून वळणं घेत गेली होती. आकाशात उडणाऱ्या बुलबुल पक्ष्यांशी लक्ष्य साधत हवेची झुळूक त्या गुलाबांच्या ताटव्यांना डोलवत होती. त्या पक्ष्यांची किलबिल आणि संगमरवरी तलावातल्या पाण्याची झुळझुळ यांनीच बागेतली शांतता भंगत होती.

अर्धवट डोळे मिटून डायना काही वेळ स्तब्ध उभी राहिली आणि मग हवेतल्या मंद सुगंधाचा आस्वाद घेऊ लागली. तिला असं वाटत होतं की, प्रत्येक श्वासाबरोबर ती एका स्वर्गीय वातावरणात ओढली जात होती. तेवढ्यात झेनेप हनीमने पायातले बूट काढून पायाचे तळवे जमिनीवर घासल्यासारखे केल्यावर डायना एकदम वास्तवात परत आली.

"हं. मुली, तूही असंच कर." झेनेप हनीम म्हणाली. डायना ज्या मन:स्थितीत कारंज्याकडे गेली होती तशाच परिस्थितीत तिने तिचे बूट काढून सांगितल्याप्रमाणे केलं.

"मला माहीत आहे की, हे विचारून काही फरक पडणार नाहीये, पण तरी मला विचारायचं आहे की, अजून माझे पाय अस्वच्छ कसे?"

"भेटवस्तू घेणाऱ्यांना भेट देणाऱ्याचा विसर पडू नये, यासाठी गुलाब एकदम जागरूक असतात."

"खरंच!" डायना म्हणाली, "माझ्या ते कसं लक्षात आलं नाही!"

"त्यांचं अस्तित्व आणि सौंदर्य ह्या गोष्टी पृथ्वीकडून त्यांना मिळालेल्या भेटी आहेत, ही गोष्ट एक क्षणभरदेखील गुलाब विसरत नाहीत. त्यांना ह्याची जाणीव आहे की, त्यांची वेळ भरल्यावर ते सुकून बीजाच्या रूपाने पृथ्वीवर पडतील आणि स्वत:चा उगम न विसरलेल्या बीजांनाच फक्त पृथ्वी सामावून घेईल. आपण उघड्या पायांनी जमिनीला स्पर्श करून असं दर्शवलं की, आपणही धरणीमातेला विसरलेलो नाही. ते पाहिल्यावर गुलाब कौतुकाने दाद देतात."

झेनेप हमीनने तिचे बूट परत चढवले.

"आत्तापर्यंत आपण जे काही बोललो ती गुलाब ऐकण्याची तयारी होती. आपण आत्तापर्यंत शोधकाच्या स्वरूपात सर्व बोललो, पण बागेत शोधकाने स्वत:ला विसरून गुलाबांमध्ये हरवून जायला पाहिजे. आपण आपल्याकडच्या सर्व गोष्टी त्यांना द्यायला हव्या – आपलं मन, आपलं अंत:करण, आपला आत्मा, सारं काही! तेव्हा डायना, तू तयार असशील तर आपण सुरुवात करू."

डायनाने होकारार्थी मान डोलावली.

"ठीक आहे तर! तुला गुलाबांबद्दल काय माहिती आहे?" झेनेप हमीनने विचारलं.

"तुम्ही पाहता त्या दृष्टिकोनातून काही नाही; काहीच नाही."

"छान, ही अगदी उत्तम सुरुवात झाली. म्हणजे मी तुला आता गुलाब ऐकण्याचा महत्त्वाचा नियम सांगू शकते."

"महत्त्वाचा नियम?"

"महत्त्वाचा नियम असा आहे की – तुमचा गुलाब जाणा."

पुढे बोलायच्या अगोदर झेनेप हनीमने डाव्या बाजूच्या भगव्या गुलाबाच्या पाकळ्यांना हळुवारपणे कुरवाळलं आणि ती म्हणाली, "आपण एखाद्या गुलाबाकडूनच एखाद्या गुलाबाबद्दल जाणू शकतो. गुलाबांना जाणण्याचा फक्त तोच एक मार्ग आहे."

त्या बागेच्या मध्य भागाकडे चालू लागल्या. थोड्याच वेळात झेनेप हनीम एकदम थांबली आणि समोरच्या पिवळ्या गुलाबाकडे खाली वाकून म्हणाली, "पिवळ्या फुला, काय झालं? तुला रडताना मी अगोदर कधी पाहिलं नव्हतं. ह्या आनंदवनात तू का रडतो आहेस?"

झेनेप हनीमला डायना नीट निरखून पाहत होती. गुलाबाने एक शब्दही काढला नाही, तरीपण झेनेप हनीम मात्र ते अगदी लक्ष देऊन ऐकत होती आणि अधूनमधून होकारार्थी मानसुद्धा डोलवत होती.

"मला माफ कर पिवळ्या फुला, मला कल्पना नव्हती." ती त्या गुलाबाला म्हणाली, "जर आपल्या पाहुणीची हरकत नसेल, तर तुझी गोष्ट सुरुवातीपासून

ऐकायला मला आवडेल.''

झेनेप हनीम डायनाकडे बघून म्हणाली, ''आज पिवळं फूल फारच दुःखी आहे. त्याला काय म्हणायचं आहे ते आपण इथे थोडं थांबून ऐकलं, तर तुला चालेल का?''

''तुम्ही काय म्हणताय? तुम्हाला माहीत आहे की, मला ऐकू येत नाही त्यांचं बोलणं.''

''ते फूल मला जसजशी गोष्ट सांगेल तसतशी ती मी तुला सांगत राहीन.''

''हं. हे जरा चमत्कारिकच वाटतंय, पण चालेल.''

झेनेप हनीमने दाखवलेल्या जागेवर डायना मांडी घालून बसली. ती बसल्याने जर त्या गुलाबाला थोडा दिलासा मिळणार असेल, तर तिची सफेद पॅण्ट थोडी मळली तर काय बिघडलं?

झेनेप हनीम पिवळ्या गुलाबाकडे बघून म्हणाली, ''हिचं नाव डायना आहे. ही मेरीची जुळी बहीण आहे.''

झेनेप हनीममार्फत पिवळा गुलाब म्हणाला, ''डायना, तुला भेटून आनंद वाटला. मला जर पिवळ्या बुलबुलने सांगितलं नसतं, तर मला तू मेरीच वाटली असतीस.''

''तुला भेटून मलाही आनंद झाला'' डायना स्वतःशीच बोलल्यासारखी म्हणाली.

''तर मग पिवळ्या फुला, तुला कशाचं दुःख होतंय ते आम्हाला सांग.'' झेनेप हनीम म्हणाली.

''मला माफ करा'' पिवळा गुलाब म्हणाला, ''ह्या बागेत गुलाब नेहमीच आनंदी असतात; पण माझ्या जुन्या मैत्रिणीने, व्हीनसने तिचा सुवास गमावला होता, त्याला आज एक वर्ष पुरं झालं. वर्षातून एकदा ह्या दिवशी मला फार दुःख होतं.''

''पिवळ्या फुला, त्यात माफ कसलं करायचं?'' झेनेप हनीम म्हणाली, ''कधीकधी मित्रासाठी दोन अश्रू ढाळण्यातसुद्धा आनंद असतो; पण आम्हाला सांग की हे कसं काय घडलं? मला कधीच वाटलं नव्हतं की, तुझी मैत्रीण कधी तिचा सुवास गमावेल म्हणून.''

''ज्याच्यापासून आमची सर्व प्रजा उत्पन्न झाली, त्या सगळ्यात पहिल्या सुवासिक गुलाबापासून ह्या गोष्टीची मला सुरुवात करू दे. कारण व्हीनस जे दुःखाने भरलेलं आयुष्य जगत होती त्याच्याशी ह्याचा जवळचा संबंध आहे.'' पिवळ्या फुलाने सुरुवात केली.

''एके दिवशी आमच्या राज्याच्या सुलतानाने एक असा गुलाब निर्माण करण्याची इच्छा दर्शवली की, जो आपला विशेष सुगंध घेऊन जगेल. म्हणून त्याने

आपल्या बागेत राजदरबारातला एक विशेष सुगंध शिंपडला. गुलाब कधीच कोमेजून जाऊ नयेत म्हणून त्याने नंतर बागेला अमृताने भिजवून टाकलं आणि जेव्हा गुलाब बहरले, तेव्हा त्याने त्यांचं नाव ठेवलं 'शून्याचा गुलाब.' सुलतानाच्या पसंतीच्या सुगंधाव्यतिरिक्त दुसरा सुगंध त्यांना नाही, हे त्या गुलाबांनी विसरू नये म्हणून आमच्या सुलतानाने ते नाव मुद्दामच निवडले आणि त्यामुळे मी जिथून आलो तिथे गुलाबाला त्याच्या सुगंधावरूनच 'गुलाब' असं ओळखलं जातं.

''त्यांच्या सर्व प्रजेला त्याच्या सुगंधाबद्दल कळावं ह्या उद्देशाने सुलतानाने काही काळानंतर बागेच्या बाहेरदेखील गुलाब लावण्याचं ठरवलं. त्यांच्यावर अमृताचा वर्षाव न झाल्यामुळे ते गुलाब कधीतरी कोमेजणारच होते, पण त्यांची मुलंबाळं तरी तोपर्यंत त्याचा सुगंध राज्यातल्या सर्व प्रजेपर्यंत पोहोचवण्याचं काम करतील याची त्यांना खात्री होती.

''मी आणि व्हीनस, दोघंही त्याचीच उत्पत्ती होतो आणि नंतर आम्हाला गावातल्या एका चौकामध्ये लावण्यात आलं होतं. सुलतानाच्या अत्तराचा सुगंध सगळीकडे पसरावा या हेतूने आम्ही बहरलो आणि आम्ही सांभाळलेल्या सुगंधामुळे आपण सर्वांना आवडावं अशी आमची इच्छा होती.

''गावात दोन तऱ्हेचे लोक राहत होते. 'मेरीसारखे' आणि 'इतर.' मेरीसारख्यांना हे माहीत होतं की, आम्ही सुलतानाचा सुगंध बाळगून आहोत. त्यामुळे दुसऱ्या कशापेक्षाही त्यांना आमच्या सुगंधाची आवड होती, पण उलट इतर लोकांनी आमच्या रंगाला, देठांना, पाकळ्यांना – जे काही दृश्य होतं, त्याला महत्त्वं दिलं!

''एके दिवशी कृत्रिम फुलं विकणारा एक व्यापारी आमच्या गावात आला. त्याची कृत्रिम, खोटी, निर्जीव, सुवास नसलेली कागदी गुलाबाची फुलं कोणाला आवडतील असं आम्हाला कधीच वाटलं नव्हतं. पण थोड्याच दिवसांत 'इतर' लोक म्हणायला लागले की, व्यापाऱ्याची फुलं खूप सुंदर आहेत. त्यांच्या पाकळ्या रेशमी कापडाच्या आहेत, त्यांचे रंग कधीच उडून जात नाहीत आणि सर्वात महत्त्वाचं म्हणेज त्यांच्या फांद्यांना काटे नाहीत!

''लवकरच व्यापाऱ्याने खूप फुलांची विक्री केली आणि त्यामुळे आमचं गाव 'कृत्रिम फुलांचं गांव' म्हणून प्रसिद्ध झालं. त्यामुळे शेवटी माझ्या आणि व्हीनसच्या नशिबी दोनच गोष्टी उरल्या – ते 'इतर' लोक आणि आमची प्रेमाची भूक.

''ती स्थिती आम्हाला कोणत्या अनर्थाकडे घेऊन जाणार होती, याची आम्हाला त्या वेळी कल्पना आली नव्हती. मेरीसारखी माणसं निघून गेल्यावर 'इतरां'कडून प्रेम मिळवण्यासाठी आम्ही स्वत:ला हळूहळू इतरांप्रमाणे बदलू लागलो. त्यांना आमचं बाहेरचं रूपच आवडायचं, त्यामुळे आम्ही कसे दिसतो याचीच आम्ही जास्त काळजी घ्यायला लागलो. कृत्रिम फुलांसारखं ताठ उभं राहायचा आम्ही

प्रयत्न केला. आमच्या पाकळ्या आम्ही जास्तीत जास्त काळ गळू दिल्या नाहीत, आमच्या पाकळ्यांना सुरकुत्या येऊ नयेत म्हणून भावनावश परिस्थितीतदेखील आम्ही आमचे अश्रू आवरून घ्यायचो. नीट काळजी न घेतल्याने लवकरच आमचा सुगंध हळूहळू उडून जायला लागला.

"आम्ही निरनिराळे आकार घेऊन 'इतरां'च्या आवडीनुसार स्वत:ला बदललंदेखील! आम्ही एका पाठोपाठ एक असे आमचे रंगही बदलले. 'इतर' म्हणाले 'उंच व्हा,' म्हणून आम्ही उंचही झालो. ते म्हणाले 'ह्या दिशेने – त्या दिशेने वळून बघा' म्हणून आम्ही तोही त्रास सहन केला. प्रथम त्यांना हवं तसं ते आम्हाला तयार करायचे आणि मग आमच्यावर स्तुतिसुमनांचा वर्षाव करायचे.

"पण एवढं असूनदेखील मनात खोल कुठेतरी आम्हाला जाणीव होती की, आपल्याला खरं प्रेम मिळत नाहीये. आमच्या सुगंधाने ज्यांना आनंद मिळायचा तेच आमच्यावर खरं प्रेम करू शकत होते. कारण त्या सुगंधामुळेच गुलाबांना 'गुलाब' म्हणतात. 'इतरांना' आमचं नुसतं कौतुक होतं, असं म्हणता येईल; पण त्यांचं प्रेम नव्हतं आमच्यावर!

"मी ह्या सर्व गोष्टी जाणून होतो, पण व्हीनस अशी वागायची की, जणू तिला परिस्थितीची जाणीवच नसावी! मी तिला कित्येकदा सावध करायचा प्रयत्न केला. मी सांगायचो की, हे इतर लोक अदृश्य अळ्यांसारखे आहेत. त्यांना आपल्या सुखाची गादी सापडली आहे आणि ती ते सारखी कुरतडताहेत. मी तिला सांगितलं की, मेरीसारखी माणसं जिथे राहत असतील तिथे आपण पळून जाऊ. पण तिने माझ्या सांगण्याकडे लक्ष दिलं नाही. उलट मला म्हणाली, "तूच विचित्र आहेस." ती तसं म्हणाली म्हणून मी तिला दोष दिला नाही, कारण तिचं म्हणणं एका दृष्टीने बरोबर होतं. कारण तोपर्यंत आमच्या गावात कृत्रिम फुलं इतकी वाढली होती की, 'सुगंध नसणं' हेच गुलाबाचं लक्षण झालं होतं!

"मी तिला पटवून देत असताना, मुंग्यांचा एक गट आमच्याजवळ आला. 'इतरांपासून सावध राहा' असे शब्द त्यांनी जमिनीवर तयार केले. पण व्हीनस त्यांच्याकडे तिरस्काराने बघून म्हणाली, "ह्या मुंग्या मेल्या सगळीकडे नुसता धुमाकूळ घालतात!"

"सरतेशेवटी जेव्हा माझ्या लक्षात आलं की, मी व्हीनसला सांभाळू शकत नाही तेव्हा मी स्वत:ची काळजी घ्यायचं ठरवलं. मला ताबडतोब गाव सोडून जायचं होतं, पण ते कसं जमवावं ते मला कळेना. म्हणून कुणीतरी इकडे येऊन मला उपटून घेऊन जाईल याची मी वाट पाहायला लागलो.

"शेवटी एक लठ्ठ माणूस, एक लुकडा मुलगा आणि त्यांचं राखाडी रंगाचं गाढव आलं. माणूस आणि मुलगा बरेच दमलेले दिसत होते, पण ते गाढवावर

बसून येण्याऐवजी त्याच्या शेजारून चालत येत होते.

"ते 'हु:श्श' करून एका झाडाच्या सावलीला बसले. मुलगा वडलांना म्हणाला, "बाबा, मी इतका दमलोय की, वाटेत माझा जीव जातोय असं मला वाटलं. आपलं काही चुकलं की काय?"

"मुलाच्या गालफडात मारून वडील म्हणाले, "मूर्खा, गप्प बस. पायी प्रवास करायचा म्हणजे असंच असतं."

"पण बाबा, आपल्यापाशी एक गाढव आहे ना? आणि चांगलं बळकट आहे."

"तोंड बंद ठेव म्हटलं ना मी! आपण दोघं गाढवावर बसलो होतो, तेव्हा लोक आपल्याला काय म्हणाले ते आठवतंय ना तुला? ते दोन निर्दयी लोक बघा कसे बिचाऱ्या गाढवावर बसून चाललेत! असंच म्हणाले होते ना? इथे ह्या 'इतर' लोकांना ते कळलं, तर ते आपल्याला किती नावं ठेवतील ते देवालाच माहीत!

"हो, आठवलं. तुम्ही मला तेव्हा गाढवावरून उतरायला सांगितलंत. पण नंतर निदान तुम्ही तरी आरामात बसला होतात ना!"

"पण त्या वेळी दुसरा एक माणूस म्हणाला ते मी ऐकलं, "त्या दुष्ट माणसाकडे पाहा. स्वत: अगदी राजासारखा गाढवावर बसून जातोय आणि त्या बिचाऱ्या मुलाला मात्र कसंतरी चालायला लागतयं." मी त्या माणसाला ओळखतो. सारखा बडबड करत असतो. त्याच्यामुळे ह्या गावात कळलं, तर इथली लोकं काय म्हणतील देव जाणे!" वडील म्हणाले.

"त्यानंतर तुम्ही खाली उतरलात नि मला गाढवावर बसवलंत. मग मी आरामात होतो!" मुलगा म्हणाला.

"आणि मग लोक काय म्हणाले, "तो कृतघ्न मुलगा बघा कसा गाढवावर आरामात बसलाय आणि बिचाऱ्या बापाला मात्र रडतखडत चालावं लागतंय. मुलाला बापाबद्दल आदर नसणार" असं माझ्या मुलाला कुणी म्हणेल, तर मला चालणार नाही. इथल्या लोकांनी ते ऐकलं, तर ते काय म्हणतील देवालाच माहीत!"

"पण बाबा, त्यानंतर आपल्या दोघांनाही चालायला लागलं ना?"

"चूप राहा मूर्खा! निदान आपल्याबद्दल आता कोणी वाईट तरी बोलणार नाही."

"त्याच वेळेस एक माणूस त्याच्या मित्राकडे बघून म्हणाला, "ते दोन मूर्ख बघ! स्वत:जवळ गाढव असताना ते पार गावापर्यंत पायी चालत आले!"

"ते ऐकून वडील अगदी लाजून चूर झाले. पण मुलगा हसत होता. त्याच्या वडलांना जे कळलं नव्हतं ते त्याला कळलं होतं. खरंच, मुलांना सर्व गोष्टी कशा

चटकन समजतात!

"त्या मुलाचं लक्ष वेधून घेण्यासाठी खूप जोर लावून मी माझा उरला-सुरला सुगंध हवेत सोडला. तो सुगंध मुलाच्याजवळ पोहोचताच तो मुलगा माझ्याकडे वळला, कारण सुलतानाचा सुगंध लहान मुलांना खूप आवडायचा.

"रात्र झाल्यावर त्या मुलाने मला अलगद उपटून घेतलं आणि गाढवाच्या पाठीवर ठेवलं.

"निघायच्या आधी व्हीनस मला म्हणाली, "पिवळ्या फुला, तू म्हणतोयस की, तू तुझा सुगंध राखून ठेवणार आहेस, पण मला वाटतंय की, तो तर मागेच केव्हातरी उडून गेलाय." तिने हे म्हणताक्षणीच माझ्या पाकळीमधून एक अश्रू खाली पडला. मला उमजलं की, व्हीनसनेच सर्व सुगंध गमावला होता. एक गुलाब दुसऱ्या गुलाबासाठी आरशासारखा असतो. जेव्हा एक गुलाब दुसऱ्याकडे बघतो तेव्हा तो स्वत:चा सुगंध जाणतो किंवा त्याचा अभाव त्याला जाणवतो; पण ती स्थिती खरी त्याची स्वत:ची असते!

"दुसऱ्या दिवशी सकाळी त्या मुलाच्या वडलांनी मला पाहिलं तेव्हा "वाटेल त्या निकामी वस्तू गाढवावर लादू नको" अशी त्यांनी मुलाला तंबी दिली. नंतर त्यांनी मला बाजारात नेऊन विकून टाकलं. बऱ्याच जणांच्या हातामधून फिरून शेवटी एका गुलाबप्रेमी माणसानं मला विकत घेतलं आणि माझा सुगंध परत मिळवण्यासाठी तुझ्या बागेत आणून लावलं. तेव्हापासून मी इथे फार सुखी आहे, पण आमची ताटातूट झाली त्या दिवशी मला व्हीनसची आठवण आल्याशिवाय राहत नाही."

थोडा वेळ शांतता पसरली.

"जर त्याने गोष्ट संपवली असेल, तर त्या पिवळ्या गुलाबाला एक प्रश्न विचारायचा आहे मला." डायना म्हणाली.

"अगदी अवश्य विचार." झेनेप हनीम म्हणाली.

"पिवळ्या फुला, तुझ्यासारख्या खऱ्या फुलांना कृत्रिम फुलांपासून त्रास होत असेल, नाही का?"

"आम्हाला कशाला होईल?" पिवळा गुलाब म्हणाला, "कृत्रिम गुलाबांचं अस्तित्व हे खऱ्या गुलांबामुळेच आहे. त्यांचं अस्तित्व हे खरं म्हणजे आमची किंमत दर्शवतं! जे मूल्यवान नसेल त्याची कोण कशाला नक्कल करेल?"

ते पटल्यामुळे डायनाने होकारार्थी मान हलवली.

"तुम्हालाही मला काही विचारावंसं वाटतंय." झेनेप हनीमकडे वळून डायना म्हणाली, "जेव्हा पिवळा गुलाब त्या वडील आणि मुलाबद्दल सांगत होता तेव्हा ती गोष्ट मी आधी कधीतरी ऐकल्यासारखी मला वाटली. मला वाटतं, खूप

वर्षापूर्वी आईने मला अशाच तऱ्हेची गोष्ट सांगितली होती. पण हे असं शक्य आहे का?''

''का नाही?'' झेनेप हनीम म्हणाली, ''पिवळ्या फुलाने सांगितलेल्या अनुभवांना इथे नसिरुद्दीन होदजाची गोष्ट म्हणतात; पण आता होदजाचं त्या गोष्टीतल्या वडलांशी काही साम्य वाटत नाही. होदजा जास्त दयाळू आणि प्रेमळ आहे.''

डायना गोंधळली आणि तिने झेनेप हनीमकडे असं पाहिलं की, ती कसल्यातरी स्पष्टीकरणाची वाट पाहत असावी.

''तुला एवढं का आश्चर्य वाटतंय? नसिरुद्दीन होदजासुद्धा एक माळी होता आणि साहजिकच त्याच्या गोष्टीमध्ये गुलाब असणारच.''

झेनेप हनीम पुढे म्हणाली, ''तर डायना, आज इतकं पुरे. उद्याचा धडा सकाळी ५:५७ ला सुरू होईल.''

३१

दुसऱ्या दिवशी डायना लवकर उठली, पण तिच्या डोळ्यावर अजून झापड होती. पहिल्या धड्याच्या आठवणींनं तिला खूप उशिरापर्यंत जागं ठेवलं होतं. झेनेप हनीम, बाग, पिवळ्या गुलाबाची गोष्ट, गुलाब ऐकायचं गणित... हे... ते, असे सर्व तऱ्हेच्या गोष्टींचे विचार तिच्या डोक्यात फिरत होते. त्या विचारांनी तिला जरा दमायलाच झालं होतं, पण तरीसुद्धा गणितात शिकलेल्या समीकरणाने तिला जरा बरं वाटत होतं.

ज्या प्रश्नांचं पंचेंद्रियांच्या मदतीने उत्तर देता येणार नव्हतं आणि ज्यांना अनंत उत्तरं होती त्या प्रश्नांना ते समीकरण लागू पडत होतं. 'गुलाब कोणती गाणी गात आहेत?' ह्या प्रश्नाचं उत्तर जितकं बरोबर होतं तितकंच 'तिच्या आईला काय झालं होतं?' ह्या प्रश्नाचं उत्तर बरोबर असणार होतं. त्यामुळे 'तिच्या आईला काय झालं होतं?' ह्या प्रश्नाचं अचूक उत्तर मिळण्याची शक्यता शून्य होती किंवा 'विशेष शून्य' होती! त्यामुळे तिची आई जिवंत नाही असं ठरवणं हे तिच्या दृष्टीने बरोबर नव्हतं. पहिल्या धड्यामुळे किमान हा दिलासा मिळाल्यामुळे तिला बरं वाटलं.

दुसऱ्या धड्यासाठी ती निळी जीन्स आणि लाल शर्ट घालून घाईघाईने तयार होत होती. निदान आजतरी तिला तिच्या केसांची काळजी वाटत नव्हती.

स्टुलाजवळ ५:५७ ला पोहोचण्यासाठी तिला उशीर होण्याची शक्यता होती. म्हणून डायना जिन्यावरून धावत खाली गेली. तिथे पोहोचल्यावर तिला दिसलं की, झेनेप हनीम अगोदरच तिथे पोहोचली होती.

''डायना, शुभप्रभात! आता किती वाजलेत जरा सांगतेस का?''

घड्याळात ठरलेल्या वेळेपेक्षा फक्त एक मिनिटच जास्त झालं होतं. त्यामुळे तिला जरा धीर आला. ''शुप्रभात! आत्ता ५:५८ झालेत.''

''वाटलंच मला! मग आपला आजचा धडा संपला.''

"मला माफ करा." डायना म्हणाली, "तुम्ही मला कल्पना दिली होतीत. मी एक मिनिटदेखील उशिरा यायला नको होतं. पण...."

"माफ काय करायचंय? गुलाब कसे बोलतात ते मला माहीत आहे. ही वेळ तुझ्यासाठी दिली होती. आपण धडा आता पुढे ढकलू आणि उद्या संध्याकाळी सहा वाजून एकोणीस मिनिटांनी घेऊ.

"खरं म्हणताय का?"

झेनेप हनीमने काहीच उत्तर दिलं नाही.

"मला हे खरंच वाटत नाहीये. मी सकाळी ५:५० ला उठले, म्हणून केस विंचरलेदेखील नाहीत. काळजीने क्षणार्धात तयार झाले आणि खाली धावत आले. शिवाय तुम्हाला खरं वाटणार नाही, पण दुसऱ्या धड्यासाठी मी फार उत्सुकदेखील होते. आणि आता तुम्ही म्हणताय की धडा रद्द केला, कारण मी फक्त एक मिनिट उशिरा आले!"

झेनेप हनीमने डायनाचा हात धरून तिला शांतपणे बागेच्या दरवाजाकडे नेलं. हात उंच पसरवून तिने पूर्ण बागेला मिठीत घेतल्यासारखं केलं. "डायना, ही कित्येक डझन गुलाबाची झाडं आणि ही शेकडो फुलं पाहा! गुलाबांचा सुगंध संपूर्ण वातावरणात भरला आहे. हवेपेक्षाही जास्त! किती छान दृश्य आहे ना?"

"खरोखरच! पण तुम्ही आता काय करताय ते मात्र कळत नाहीये!"

"ज्यांच्यामुळे संपूर्ण बाग बनवता येईल इतकं बी एका मिनिटात पसरवता येऊ शकतं. तुला माहीतच असेल की, अगदी मोठी वाटणारी स्वप्नं खरं म्हणजे एका मिनिटातच संपतात. ते गुलाब कदाचित आपल्याला सांगतायत की, स्वप्नपूर्तीसाठी काही आयुष्य घालवायला लागत नाही. एका मिनिटात काय काय घडू शकतं ते आपल्याला हे गुलाब सांगताहेत. तू आत्ता जे मिनिट वाया घालवलंस ते तुला कधीच परत मिळणार नाही. कदाचित २१ मे च्या ५:५७ आणि ५:५८ ला जोडणाऱ्या त्या मिनिटातच तुला गुलाबाचं बोलणं ऐकू आलं असतं!"

डायना जेव्हा तिच्या खोलीकडे परतली तेव्हा तिला वाटलं की, कदाचित धडा पुढे ढकलला गेला नव्हता!

३२

दीड दिवस गेस्ट हाउसमध्ये अडकून पडल्यानंतरदेखील डायनाला बिलकूल कंटाळा आला नव्हता; कारण तिचं मन तिच्या जुळ्या बहिणीच्या विचारात सतत गुंतलेलं होतं. मेरीने झेनेप हनीमला सांगितलेलं होतं की, त्या आठवड्यात ती तिथे येणार होती. त्यामुळे डायनाची तिच्याशी लवकरच भेट होणार होती. कदाचित आज नाहीतर उद्या किंवा फारतर काही दिवसांनी!

तिचा बागेतला वेळ आणि विशेषत: पिवळ्या फुलाने सांगितलेली गोष्ट तिला स्वत:बद्दल आणि मेरीबद्दल खोलवर विचार करायला भाग पाडत होती; पण ह्यामुळे तिची जुळ्या बहिणीची भेट सोपी होण्यापेक्षा जास्तच कठीण होत होती. तरीसुद्धा मेरीला भेटण्यासाठी ती फारच आतुर झाली होती.

नेहमीप्रमाणे झेनेप हनीम अगदी अचूक वेळेवर आली.

"मुली, आज कसं काय वाटतंय तुला? आपण सरळ बागेतच जाऊ या का? पहिल्या धड्यात मी वचन दिलं होतं की, त्या नवलाईबद्दल मी तुला सांगेन. ते तुला जाणून घ्यायचं असेल ना?"

त्या दोघी जेव्हा बागेत थोडं पुढे चालत गेल्या, तेव्हा झेनेप हनीम एका बदामी रंगाच्या गुलाबासमोर थांबली आणि म्हणाली, "ओहो, अरे ही ती नाहीये!" गुलाबापासून परत पुढे दोन पावलं गेल्यावर ती डायनाकडे वळून म्हणाली, "ती मेरी आहे ना?" असं त्या गुलाबाने विचारलं मला!"

"असं वाटतंय की, ह्या बागेतल्या सर्व गोष्टी मेरीभोवती गुंफलेल्या आहेत." डायना म्हणाली, "परवा आपण जेव्हा पिवळ्या गुलाबाबरोबर होतो तेव्हा मी तुम्हाला विचारणारच होते, पण ते मी विसरून गेले. इतक्या वर्षांपूर्वी आलेल्या एखाद्या व्यक्तीला हे गुलाब कसे काय न विसरता ओळखू शकतात?"

"फुलांचा बहर जरी एक-दोन आठवडेच टिकत असला तरी ही इथली झाडं

मेरी आली होती तेव्हापासूनची आहेत. तिने त्यांच्यावर इतकी मोहिनी टाकली होती की, सर्व जण म्हणायचे, ''मेरी म्हणजे वाहता झराच!'' गुलाबांच्या भाषेत कुणाला 'पाण्यासारखं' संबोधलं गेलं, तर तो गुलाबांनी बहाल केलेला बहुमान असतो! कारण गुलाबसुद्धा पाण्यासारखे पारदर्शक असतात आणि आपल्याकडून त्यांची तशीच अपेक्षा असते. गुलाबांच्या दृष्टीने ती अपेक्षा मेरीने संपूर्णपणे पुरी केली होती.

''ती किती महान होती ते मी त्यांच्यावतीने मेरीला सांगावं, असं त्यांना सारखं वाटायचं. पुढे जेव्हा मी ते मेरीला सांगितलं तेव्हा ती लाजून चूर झाली नि म्हणाली, ''माझ्यामध्ये जर काही खास असेल, तर ते सर्व माझ्या गुलाबांवरच्या प्रेमामुळे आहे.'' निव्वळ तिच्या प्रेमामुळे बहुतेक सर्व गुलाब तिला ओळखत होते आणि ती त्यांना आवडायची. तिने त्यांचे आवाज ऐकावे असं त्यांना सारखं वाटायचं, पण त्या वेळेस ते शक्य नव्हतं, कारण मेरीला अधिक प्रगल्भ व्हायचं होतं.

''त्यांच्या नंतरच्या पिढ्यांमधल्या गुलाबांना भेटण्यासाठी कधीतरी, निदान एक दिवस तरी मेरी येईल याची त्यांना खात्री होती. त्यांनी एक सभा घेऊन एकमताने असं ठरवलं होतं की, प्रत्येकाने आपल्याला मेरीबद्दल जे काही माहीत आहे, ते आपल्या पोराबाळांना सांगायचं आणि ती पद्धत तशीच पुढे चालू ठेवायची. अशा प्रकारे मेरीबद्दलची माहिती एका पिढीकडून नंतरच्या पिढीकडे हस्तांतरित होत राहिली. त्या दिवसापासून आजपर्यंत जी, जी फुलं या बागेत जन्माला आली, त्यांना वाटायचं की मेरीशी बोलू शकणाऱ्या नशिबवान पिढीमधलं आपण असावं.

''शिवाय त्या सभेत आणखी एक महत्त्वाचा मुद्दा ठरवला गेला : सॉक्रेटिस नावाच्या गुलाबाचा आवाज मेरीला ऐकू येईल अशी व्यवस्था करायची.''

''सॉक्रेटिस?''

''तो बागेतला सर्वात अमूल्य गुलाब आहे आणि ऐकण्याच्या बाबतीत तो गुलाब सर्वोत्तम आहे. तो फक्त काव्यातच बोलतो. मेरी इथे असताना ती सॉक्रेटिसला भेटू शकली नाही, कारण ती त्या स्थितीला पोहोचलीच नव्हती. पण आता कित्येक दिवसांपासून ह्या बागेतली झाडं मेरी आणि सॉक्रेटिस यांची अभूतपूर्व भेट घडून येण्याच्या आशेत आहेत.''

आपण एखादी परीकथा ऐकतोय असं डायनाला वाटलं. तिच्या मनामध्ये सत्य आणि काल्पनिक गोष्टी इतक्या मिसळल्या होत्या की, काय विचार करावा किंवा काय जाणून घ्यावं तेच तिला उमगत नव्हतं. परंतु मेरीच्या तिसऱ्या पत्रातला सॉक्रेटिस कोण होता ते तरी तिला आता समजलं होतं.

बागेतला नजरेत भरणारा गुलाब कोणता हे डायनाची नजर शोधत होती; पण इतर फुलांच्या तुलनेत अमुक एक गुलाब जास्त सुंदर किंवा वेगळा असा तिला

ठरवता आला नाही.

"आपल्याला सॉक्रेटिस दिसू शकतो का?" डायनाने विचारलं.

"तुला खरंच मनापासून बघायचा असेल, तर तो तुला दिसेल. खरं म्हणजे तेच नवल तुला मी देणार होते! चल, इकडे ये माझ्यामागून."

काही मिनिटांनंतर गुलाबाचं शेवटचं झाड मागे सोडून त्या दोघी बागेच्या जवळजवळ शेवटच्या टोकाला पोहोचल्या. एका लहानशा रिकाम्या वाफ्याजवळ आल्यावर झेनेप हनीम थांबली.

"हे पाहा!" झेनेप हनीम म्हणाली.

तो वाफा सोडला, तर बागेतला इंच अन् इंच गुलाबाच्या रोपांनी व्यापलेला होता. झेनेप हनीमला तिथे स्तब्ध उभी राहिलेली पाहून डायनाही शांतपणे तिथे उभी राहिली.

काही वेळ झाल्यावर डायनाला अगदी न राहवून ती एकदम म्हणाली, "आपण इथे अशा का उभ्या आहोत? मला वाटलं की, आपण सॉक्रेटिसला भेटायला निघालो आहोत!"

"आपण त्याच्याच जवळ उभ्या आहोत! तो तुझ्या अगदी समोर कसा मोठ्या दिमाखाने उभा आहे ते पाहा!"

"तुम्ही चेष्टा करताय ना? तुम्ही माझी मस्करी करताय."

एखाद्या पूर्ण फुललेल्या गुलाबाच्या फुलाला हाताच्या ओंजळीत अधांतरी घेतल्यासारखं करून झेनेप हनीम म्हणाली, "ह्या गुलाबाचं सौंदर्य बघ किती अप्रतिम आहे!"

पण हे बोलून गेल्यावर तिने एखादा अपराध झाल्यासारखी मान हलवली आणि ती म्हणाली, "डायना, माफ कर मला! तुला जो दिसतच नाहीये त्याच्या सौंदर्याबद्दल मी बोलायला नको होतं."

डायना आश्चर्यचकित होऊन तिच्याकडे पाहत असताना झेनेप हनीमने तिला विचारलं, "सॉक्रेटिस अगदी तुझ्यासमोर उभा आहे, ह्यावर तुझा विश्वास बसत नाहीये. खरं ना?"

"हो. खरं म्हणजे त्यावर विश्वास बसणं अवघडच आहे."

झेनेप हनीम म्हणाली, "तर मग मी तुला असं विचारते की, 'गुलाबांचं बोलणं तुला ऐकू येत नाही' ही गोष्ट दुसऱ्यांनी तुला वर्षानुवर्ष सांगून त्यावर तुझा विश्वास बसवला, तर मग 'तुला गुलाब दिसत नाही' ह्यावर एका सेकंदात विश्वास ठेवायला मी तुला भाग पाडू शकते, हे कसं शक्य आहे?"

उत्तराची वाट न पाहता रिकाम्या वाफ्याकडे बोट दाखवून झेनेप हनीम म्हणाली, "एका आठवड्यापूर्वीच सॉक्रेटिसला ह्या वाफ्यात आणून लावलं. मला

मेरीसाठी तो भेट म्हणून द्यायचा होता. म्हणून त्याला नीट तयार करण्यासाठी मी त्याला नर्सरीतल्या माणसाकडे पाठवलं.''

''अस्सं!'' डायना म्हणाली, ''मला खरोखरच असं स्पष्टीकरण हवं होतं. नवलाई कसली? मी तर इथून जवळजवळ पळूनच जाणार होते!''

''छकुले, मला तुझी माफी मागायलाच हवी.'' झेनेप हनीम म्हणाली, ''शुद्ध असत्य' असं काही नसतं. असत्य म्हणजे असत्य! तरीसुद्धा एका लहान असत्यामुळे जर एक मोठं असत्य समजत असेल तर ठीक आहे. उदाहरणार्थ, आपण गुलाब ऐकू शकत नाही हे असत्य आपण सहज माफ करू शकतो; पण तरीसुद्धा मला तुझी माफी मागायलाच हवी आणि माझ्या असत्य बोलण्यामागचा हेतू जाणून तू मला माफ करशील अशी मी आशा करते.''

डायना हसून म्हणाली, ''अहो, ठीक आहे, काही हरकत नाही तुम्ही म्हणालात तसं तरी.''

दोघी दरवाजाजवळ पोहोचताच झेनेप हनीम म्हणाली, ''आपण उद्या सकाळचा धडा दुपारी १:३१ पर्यंत पुढे ढकलला तर काय हरकत आहे? पण तरीसुद्धा उद्या सकाळी ९:३० वाजता तुझ्या खोलीतच तू माझी वाट पाहा. जमल्यास बॉस्फोरसच्या बाजूने आपण बोटीतून फेरफटका मारू! कशी वाटते तुला ही कल्पना?''

''ओह, अतिशय मस्त!''

३३

बॉस्फोरसच्या आल्हाददायक सफरीहून आल्यानंतर धड्याच्या आधी थोडी विश्रांती घेण्यासाठी म्हणून डायना तिच्या खोलीवर गेली होती. आजचा दिवस किती मजेत गेला याचाच ती विचार करत राहिली.

खोलीतून तिला बाहेर पडल्यावर झेनेप हनीम डायनाला जवळच्या 'ओर्टकॉय' नावाच्या एका वसाहतीत घेऊन गेली होती. एका छोट्याशा रेस्तराँमध्ये 'शाझेली कबाब' खाल्ल्यानंतर त्यांनी एक खासगी बोट भाड्याने घेतली आणि नक्षीदार दगडी मशिदीसमोरच्या धक्क्यावरून बोटीने त्या निघाल्या.

बॉस्फोरच्या शांत, निळ्या पाण्यात त्या युरोपियन किनाऱ्याच्या बाजूबाजूने 'रुमेली' किल्ल्यापर्यंत गेल्या. नंतर बोटीने आशियाची बाजू ओलांडून 'मारमारी' समुद्राच्या दिशेने त्यांनी मार्ग आक्रमायला सुरुवात केली. ह्या समुद्रात शिरतानाच असलेल्या एका छोट्या बेटावर त्यांनी जेवण केलं. त्या बेटावर असलेला कुमारिकेचा मनोरा कित्येक शतकानंतर लोकांना पाहण्यासाठी नुकताच खुला केला गेला होता. डायनाला सकाळच्या कबाबांनीच पोट भरल्यासारखं वाटत होतं, पण एकानंतर एक सजवलेले, ऑटोमान पाककृतीतले चमचमीत पदार्थ तिला डावलता आले नाहीत!

गुलाब किंवा मेरी ह्या विषयांवर न बोलण्याबाबत झेनेप हनीमने ताकीद दिली होती. त्यामुळे त्या दोघी खूप हसल्या होत्या आणि एकमेकींना विनोद सांगण्याची त्यांच्यात जणू चढाओढच लागली होती.

डायनाला वाटलं की, झेनेप हनीमने आजचा दिवस संस्मरणीय करण्यासाठी सर्व प्रकारची काळजी घेतली होती. तिने डायनाचे दिवसभर इतके लाड केले की, डायनाला वाटायला लागलं की, झेनेप हनीम तिला परत मेरी समजायला लागली की काय?

अगदी ठरलेल्या अचूक वेळेस तिला झेनेप हनीमचा आवाज ऐकू आला, “चल, आता सरळ बागेतच जाऊ. आता वेळ दवडून चालणार नाही.”

बागेतल्या पायवाटेवर जलद चालणाऱ्या झेनेप हनीमच्या मागोमाग डायना गेली. जेव्हा त्या बागेच्या मध्यभागी पोहोचल्या तेव्हा वाटेच्या कडेला एक मोठी कुंडी ठेवलेली डायनाने पाहिली. ती अगोदर कधी तिथे दिसली नव्हती. त्यात दोन तऱ्हेचे गुलाब होते, पण त्यांच्या डहाळ्या एकमेकांत गुंतून वर चढत गेलेल्या होत्या. त्यातला एक गुलाब लाल रंगाचा होता, तर दुसरा पांढरा होता.

लाल गुलाब सरळ ताठ उभा होता, पण सफेद गुलाबाचं तोंड खाली जमिनीकडे वळलेलं होतं. त्या दोन्ही गुलाबांच्या डहाळ्या, पानं वगैरे एकमेकांत इतकी गुंतलेली होती की, पाहणाऱ्याला वाटावं की, कुंडीमध्ये एकच झाड आहे आणि त्याला दोन रंगांची फुलं आली आहेत!

“हा सॉक्रेटिस आहे का?” डायनाने विचारले.

“नाही. त्याचं नाव कुंडीवर लिहिलेलं आहे.”

डायनाने खाली वाकून ते नाव वाचलं. ‘इफेसस’ असं बारीक अक्षरात लिहिलेलं होतं.”

“इफेसस? ते प्राचीन शहर?”

“अगदी बरोबर, एके काळी तुर्कस्तानच्या पश्चिमेला सेलसकच्या भोवती ते वसलेलं होतं.”

“म्हणजे ही कुंडी तिकडून आली की काय? बागेतली इतर कुठली रोपं कुंडीत दिसत नाहीत. मग ही रोपंसुद्धा तुम्ही बागेत लावणार वाटतं?”

“हो. ही कुंडी इफेससहून आली आहे. आणल्यापासून ती आम्ही आत ठेवली होती. काल रात्रीच ती बाहेर आणली. आता ही रोपं ह्या बागेत लावायची की नाही, हे सर्वस्वी ह्या रोपांवरच अवलंबून आहे. त्यांच्या हातात तीन दिवस आहेत. त्या अवधीत त्यांना इथे लावलं जाईल किंवा इफेससला परत पाठवलं जाईल. हे सर्व त्यांना दिल्या जाणाऱ्या परीक्षेवरून ते ठरेल.”

झेनेप हनीमच्या कुठल्याच बोलण्याविषयी आश्चर्य वाटून घ्यायचं नाही, हे आता डायनाला कळलेलं असल्यामुळे “परीक्षा कशा तऱ्हेची असेल?” एवढंच डायनाने विचारलं. जणू कुठलीही रोपं जमिनीत लावण्याच्या अगोदर नेहमीच त्यांची परीक्षा घेतली जात असते!

“ह्या बागेतल्या गुलाबांचं एक असं वैशिष्ट्य आहे की, त्यांच्या कुळात, रंगात, आकारात फरक असला, तरी सर्व जण अगदी गुण्यागोविंदाने ह्या बागेत राहतात. त्यांच्यात गर्व, हेवेदावे, मत्सर ह्या गोष्टींना अजिबात स्थान नाही. म्हणून आपण जेव्हा नवीन रोप लावतो तेव्हा आपल्याला ते नीट काळजीपूर्वक लावायला

लागतं. गुलाबांना एकमेकांचे गुण चटकन लागतात आणि कालांतराने ते आपल्या सभोवतालच्या गुलाबांप्रमाणे बनतात. ह्यासाठी आमच्याकडे एक सुंदर आणि योग्य म्हण आहे – 'द्राक्षं एकमेकांकडे पाहून काळी होतात!' म्हणून त्यांच्यावर अयोग्य परिणाम होणार नाही ना, याचा आपल्याली रोपं लावायच्या आधी विचार करायला लागतो.

"शिवाय इफेससची बाब जरा विशेष आहे. दोन वेगवेगळ्या तऱ्हेच्या गुलाबवेली एकाच कुंडीत लावल्या होत्या, पण त्यामुळे त्यांनी ह्या दोन 'डोक्यांच्या' गुलाबाचा आकार घेतला. कालांतराने त्यांची मुळं एकमेकांत इतकी गुंतली की, त्यांना वेगळं करणं आता फार कठीण झालं आहे आणि त्यात त्या कायम भांडत असतात, त्यामुळे त्या एक प्रकारे अलौकिक झाल्या आहेत. त्यामुळे त्यांना बागेत लावायच्या अगोदर आपल्याला खात्री करून घ्यायला हवी की, त्या न भांडता एकत्र राहू शकतील का नाही!"

झेनेप हनीम इफेससकडे पाहत पाहत विचार करत म्हणाली, "पण मला काळजी वाटते की, तितकं सोपं नसणार. कारण त्या जरी एका प्रांतातून आणि एकाच मातीतून आलेल्या असल्या, तरी त्या स्वत:ला वेगळ्या तऱ्हेने मान देतात. लाल गुलाब इफेससमधल्या 'आर्टेमिस' मंदिराच्या आवारात लावलेली होती आणि इफेसस मध्येच 'मदर मेरी'च्या आवारात सफेद गुलाब लावलेली होती. लाल गुलाबाला वाटतं ती 'शिकारीची देवता' आर्टेमिस आहे आणि दुसऱ्या कुठल्या नावाने हाक मारली तर ती उत्तर देत नाही. सफेद गुलाबाचा असा काही हट्ट नाहीये, पण आम्हीच तिला 'मिरियम' अशी हाक मारतो."

"तुम्ही आत्ता 'शिकारीची देवता' असं म्हणालात का?" डायनाने प्रश्न केला. "डायना हीच शिकारीची देवता होती ना? कारण माझं नांव तेच आहे म्हणून मला माझे मित्र कधीकधी चेष्टेने अशी हाक मारतात."

"खरं आहे. रोमन पुराणांप्रमाणे 'डायना' ही शिकारीची देवता होती, पण ग्रीक पुराणात तिचं नाव 'आर्टेमिस' असं होतं. तिचा इतिहास आणखीच जुना आहे. लॅटिन साहित्यात असं म्हटलंय की, ती 'डायना' बनायच्या अगोदर तिच्यात काही बदल घडून आले होते."

काही वेळ गप्प राहिल्यावर डायनाने विचारले, "ह्या गुलाबांमध्ये कसलं भांडण चालू आहे?"

"त्यांचं संभाषण मी तुला ऐकवू का?"

डायनाने झेनेप हनीमला तसं दाखवलं नाही, पण खरं म्हणजे आर्टेमिस आणि मिरियममधला संवाद तिला ऐकायचा होता.

"हो, जरूर" ती म्हणाली, "त्याने आपल्या धड्यात व्यत्यय येणार नसेल तर."

झेनेप हनीम जमिनीवर कुंडीजवळ बसली. डायनानेही तसंच केलं.

"हॅलो इफेसस" झेनेप हनीम म्हणाली, "थोडा वेळ आम्ही तुमचा संवाद ऐकला तर चालेल का?"

काही सेकंदानंतर ती डायनाकडे वळून म्हणाली, "आर्टेमिस मला रागावली आणि म्हणाली, "म्हातारे, माझं नाव आर्टेमिस आहे, इफेसस नाही!" ती अशीच बोलते, म्हणून मी इफेससच्या गुलाबांना त्यांच्या स्वत:च्या नावानेच हाक मारते. असो. मी त्यांच्या संभाषणचा शब्द अन् शब्द तुला ऐकवेन. तू तयार आहेस ना?"

डायनाने होकारार्थी मान डोलवली आणि झेनेप हनीमने आर्टेमिस आणि मिरियमचा संवाद सांगायला सुरवात केली.

"आर्टेमिस, तुला जरा नम्रपणाने बोलता येत नाही का?" मिरियमने विचारलं, "आपल्याला कुठल्याही नावाने हाक मारली तरी एवढा काय फरक पडणार आहे?"

"काही फरक पडणार नाही? म्हणजे तुला काय म्हणायचं आहे?" आर्टेमिस म्हणाली, "मला माझं एक नाव आहे ना? प्रत्येकाच्या जिभेवर नाचणारं, ज्याची आकाशाएवढी स्तुती होते. आर-टे-मिस मी आहे. माझं नाव किती प्रसिद्ध आहे ते देवांनाही माहीत आहे. मी उन्नत अशी आर्टेमिस आहे. मी सुंदरांहून सुंदर आहे. मी देवता आहे. तुझ्यासारखी नुसती फूल नाहीयं. तुझ्यासारखी साधी फुलं माझ्या मंदिरात वाहिली जातात!"

मिरियम म्हणाली, "एक गोष्ट तुझ्या लक्षात आली का?"

"काय?"

"तू फक्त, 'मी', 'माझं', 'मला' हेच शब्द वापरते आहेस!"

"अर्थातच! 'मी', 'माझं', 'मला' असंच मी म्हणणार. आर्टेमिस 'मी' म्हणणार नाही, तर कोण म्हणणार? तुझ्यासारखं मर्त्य असलेलं फूल?"

"तू नेहमी एकच गोष्ट म्हणतेस की, तू देवता आहेस आणि मी एक साधं फूल आहे. पण तुला सत्य परिस्थितीची कल्पना आहे का?"

"कसलं सत्य?"

"असो. जाऊ दे. मी कशाला तुला अस्वस्थ करू?"

"तू? तू मला अस्वस्थ करणार? मला आता हसू येईल! क्षूद्र फुला, तुझ्यासारखं एक साधं फूल आर्टेमिसला अस्वस्थ करणार? करून तर बघ तसं!"

"ठीकाय, आर्टेमिस, आधी आम्हाला सांग की, आर्टेमिस कोण आहे? मोठ्याने सांग, म्हणजे ह्या सगळ्या बागेला कळेल तरी!"

"अरेच्च्या! काय मूर्खपणा हा? आर्टेमिस कुणाला माहीत नाही? कुणाला आर्टेमिस माहीत नाही असं कसं शक्य आहे?"

“आर्टेमिस, आत्ता आपण तुझ्या देवळात नाही आहोत. कदाचित तू कोण आहेस ते इथल्या गुलाबांना माहीत नसेल. ही महान आर्टेमिस कोण आहे ते त्यांना कळायला नको का? तू सर्वोच्च आहेस, तर मग स्वत:बद्दल आम्हाला काही सांग तरी!”

“हं, किमान एकदातरी तू योग्य बोललीस. बरोबर आहे. माझी महानता जाणण्याचा अधिकार सर्वांना आहे आणि म्हणून गुलाबांनादेखील कळायला हवं की, आर्टेमिस किती महान आहे! म्हणून आता मी जे सांगते आहे ते नीट शांतपणे ऐकून घ्या.

‘मी. माझं नाव आहे आर्टेमिस. देवांचा देव जो झीअस, त्याची मी मुलगी. ज्याची महती माझ्या मंदिरामुळे जगात पसरली आहे त्या इफेससमध्ये मी राहत होते. इफेसस काही त्या ‘मदर मेरी’च्या झोपडीमुळे प्रसिद्ध झालेलं नाही. जगातल्या सात आश्चर्यांपैकी एक अशा माझ्या मंदिरात माझी पूजा करायला येणाऱ्या भाविकांचं शेकडो वर्षांपासून मी स्वागत केलं आहे. दुसरं म्हणजे मुग्यांसारखे हजारो लोकांचे लोंढेच्या लोंढे केवळ माझ्यासाठी दूरदूरच्या प्रांतातून यायचे. माझी स्तुती करण्यासाठी, भक्ती करण्यासाठी, मला वंदन करण्यासाठी उतावीळ होऊन त्यांची चेंगराचेंगरीसुद्धा व्हायची!

“कवडीमोल असलेल्या फुला, आता तुला कळली का माझी म्हणजे आर्टेमिसची महानता? तुझ्यासारखी फुलं जे फ्लॉवरपॉटमध्ये घुसडून ठेवतात तेच माझ्या पायरीशी गुलामांसारखे यायचे.

“अरे बागेतल्या गुलाबांनो, मी काय सांगितलं ते ऐकलंत की नाही? चला, आता तुम्हालाही आर्टेमिसची महानता कळली. हो ना?”

“तू अगदी माझ्या अपेक्षेनुसारच बोललीस.” मिरीयम म्हणाली, “मी तुला जेव्हा स्वत:बद्दल सांग असं म्हटलं तेव्हा तू तुझ्या वडलांबद्दल, तुझ्या भव्य घराबद्दल आणि तुझी स्तुती करणाऱ्या लोकांबद्दल सांगायला लागलीस! मी तुला ते विचारलंच नव्हतं! मी फक्त ‘तू’ कोण आहेस ते विचारलं होतं!”

“अगं नालायक पोरी, तुला म्हणायचंय तरी काय? मी कोण आहे, हेच तुला ऐकायचं असेल तर ऐक. मी मूर्तिमंत ‘महानता’ आहे! कळलं का तुला?”

“पण तू इतकी महान आहेस असा तुला विश्वास तरी कसा वाटतो?”

“मी जर अशी महान नसते, तर हजारो लोकांनी माझ्यात इतका रस कशाला घेतला असता? घशाला कोरड पडेपर्यंत त्यांनी माझी स्तुती कशाला केली असती? ते इतके माझ्या बंधनात कशाला राहिले असते?”

“सत्य असं आहे की, तूच त्यांची गुलाम बनली आहेस! पण तुझ्या ते लक्षात घ्यायचं नाहीये!”

"ओहो, किती मत्सर वाटतोय तुला माझा! खरं म्हणजे तू काय बोलत्येस ते तुलाच कळत नाहीये."

"मी म्हणतेय ते सत्य आहे. तूच त्यांची गुलाम आहेस. आर्टेमिस खरोखर कोण आहे? दुसऱ्यांनी साकारलेली आणि पूजलेली एक भ्रामक कल्पना आहे! आर्टेमिसला कोणी निर्माण केलं? ज्यांना तू तुच्छ मानतेस त्यांनी स्वत:च्या मनात पूजेसाठी एक सौंदर्याची मूर्ती निर्माण केली आणि मग त्यांच्या स्तुतिसुमनांनी तुला त्या मूर्तीचं स्वरूप दिलं. तुझ्यावरती वेड्यासारखी भक्ती दाखवणाऱ्या त्या लोकांमुळे फसू नकोस. त्यांनीच तुला निर्माण केलं, तुझी वैशिष्ट्यं ठरवली आणि तुझ्या नावाचा उदोउदो केला. मला असं म्हणताना वाईट वाटतंय, पण खरी गोष्ट अशी आहे की, तुला स्वत:चं असं अस्तित्वच नाहीये. तू केवळ त्यांच्यामुळे अस्तित्वात आहेस. त्यांच्या स्तुतीने, त्यांच्या आळवण्याने, त्यांच्या भक्तीनेच तू जिवंत आहेस! तू पूर्णपणे दुसऱ्यांवर अवलंबून आहेस!"

"ए मुली, आता मात्र तू अगदी हद्द केलीस हं! दुसऱ्यांना बोलायच्या अगोदर प्रथम स्वत:कडे पाहा जरा! क्षुद्र फुला, माझ्याबद्दल असं बोलायला तू कोण लागून गेलीस गं?"

"हो. तुझं हे म्हणणं अगदी बरोबर आहे. मी मोठी कुणी नाही. पण मी गुलाब आहे! माझी स्तुती कोणी करो वा न करो, माझ्यासाठी कोणी वेडं असो वा नसो, पण मी गुलाब आहे! मी म्हटलं तसं, मी मोठी कुणी नाही, फक्त गुलाबच आहे. पण ताई, गुलाब असणं किती महत्त्वाचं आहे ते तुला माहीत आहे? गुलाब असणं म्हणजे स्वातंत्र्य! म्हणजे दुसऱ्यांच्या स्तुतीवर न जगणारी आणि दुसऱ्यांच्या नापसंतीमुळे न मरणारी अशी मी गुलाब आहे! माझं म्हणणं नीट ऐक. मीसुद्धा लोकांवर प्रेम करते. त्यांनी मला भेटावं, माझा सुगंध घ्यावा, असं मलाही वाटतं; पण माझा सुगंध त्यांना देता यावा यासाठीच त्यांनी मला भेटावं, असं मला वाटतं.

"खरं आहे. कदाचित तुझ्याइतक्या कल्पना मला नसतील. मदर मेरीला भेटायला आलेल्या लोकांनी पलीकडे लावलेलं एक छोटं गुलाबाचं रोप पाहिलंही नसेल कदाचित, तरीसुद्धा थोड्या लोकांचं माझ्याकडे लक्ष गेलं होतं; पण तुझी पूजा करायला येणाऱ्या लोकांसारखे ते नव्हते."

"नसणारच तसे ते. कसे असतील? मला तर हजारोंनी लोक भेटायला यायचे." आर्टेमिस म्हणाली.

"चांगल्या मोसमात तुझ्याभोवती गर्दी करणारे लोक थंडीला सुरवात झाली की, कसे एक एक करून पांगायचे, ते तुला आठवतं का? आणि कडाक्याची थंडी पडली की, तुझ्याजवळ कोणीच उरत नव्हतं. तुझ्या गर्वामुळे तुझा एकाकीपणा तुला जास्त बोचायचा आणि त्याच पोकळ गर्वामुळे तुला धड रडतादेखील यायचं

नाही! ते लोक स्तुती करून वसंत ऋतूत तुला जितकं उंचावर नेऊन बसवायचे, तितकेच शिशिरात खोलवर आणून सोडायचे; ते तुला सहन करायला लागायचं. हवेतल्या मोसमाच्या बदलामुळे तुझी एकदम घसरण व्हायची!''

''वाट्टेल ते बोलू नकोस! शिशिरात सगळीकडे असंच होतं.''

''गुलाबांचं तसं होत नाही आर्टेमिस! शिशिर म्हणजे वसंतासाठी तयारी करण्याची वेळ आणि जे गुलाबाला म्हणून भेटायला येतात, ते तुझ्या भक्तांसारखे कृतघ्न नसतात. जे पूजा करतात, ते ती स्वत:साठी करतात. तुझ्या भक्तांच्या उलट मला जे भेटायला यायचे ते केवळ माझा सुगंध घेण्यासाठी. त्यांनी मला नमस्कार करावा असं मला कधीच वाटलं नाही. कारण मग ते प्रेम नव्हे! प्रेमीजनांना प्रेम नेहमी वरच्या स्तरावर पोहोचवतं, रसातळाला नेत नाही!''

''अग मूर्ख मुली, कुणी स्तुती केल्यावर काय मस्त वाटतं, ते तुला कसं कळणार?''

''आर्टेमिस, मला माफ कर. पण आता जे लोक तुझ्यापुढे वेड्यासारखे नाचताहेत, ते लवकरच तुला सोडून जातील. कारण ते तुझी पूजा नाही, तर त्यांच्या वेडेपणाची पूजा करतायत! एक दिवस असा येईल की, त्यांच्या वेडेपणाला कोणी दुसरी देवता सापडेल; जास्त सुंदर, जास्त आवडीची अशी देवता. मग तुझा त्यांना विसर पडेल, कारण तुझं अस्तित्वच मुळी त्यांच्या स्तुतीमुळे आहे. त्यामुळे तेव्हा तुझा विसर पडला की, तुझं अस्तित्व संपुष्टात येईल!''

''नाही, नाही, मी अमर असणार आहे. तू मरणार आहेस, लक्षात आहे ना?''

''खरं आहे. मी अमर नाहीये. एके दिवशी मी कोमेजून जाईन आणि मातीत मिसळून जाईन. मी मरेन, पण माझं जीवन संपणार नाही. कारण धरणीमाता आणखी एका गुलाबाला जन्म देईल! ज्यांनी माझ्यावर माझ्या सुगंधासाठी प्रेम केलं त्यांना सोडून बाकी सर्व जण मला विसरतील. मेलेलं फूल परत सुगंध देईल असं कुणाला वाटणार नाहीच, पण मी ज्या वातावरणात तरंगत असेन, त्या वातावरणात श्वासोच्छ्‌वास करताना माझ्या मित्रांच्या चेहऱ्यावर नक्कीच हसू असेल! आणि मग मी म्हणू शकेन – माझं आयुष्य वाया गेलं नाही. मी फुलायच्या अगोदर अंधारात जे दिवस काढले, त्याचं चीज झालं! मग मी म्हणेन की, मी गुलाब असण्यात धन्यता मानल्यामुळेच आज मी आनंदी आहे.

''तेव्हा मुली, तूसुद्धा गुलाब असण्यातच खूश राहा! सत्य लपवायला जाऊ नकोस. तुझं गुलाबाचं मूळ रूप उघडं करून माझ्यात मिसळून जा. चल, आपण माळ्याला आपली कुंडी तोडायला सांगू. तुला माहीत आहे ना की, मोठ्यात मोठ्या कुंड्यादेखील खऱ्या गुलाबांना लहान पडतात.''

''मूर्ख मुली, मी गुलाब नाहीये.'' आर्टेमिस म्हणाली, ''मी देवता आहे.''

"तो मोठेपणाचा मुखवटा घालण्यातच तुला आनंद वाटत असेल, तर तो काढून टाकू नकोस! घालून राहा तसाच. 'मी', 'मी' म्हणत राहा; पण त्यासाठी तुला किंमत मोजायला लागेल. सारखं 'मी', 'मी' म्हणण्यामध्ये तू तुझ्या आत्मस्वरूपाला पूर्णपणे विसरून जाशील."

"माळीबुवा, ए म्हातारे, या क्षुद्र फुलाला माझ्यापासून दूर न्या."

"मुली, तुला माहीतच आहे" मिरीयम म्हणाली, "की, आता आपल्याला वेगळं करणं अशक्य आहे. आपल्याला आवडो किंवा न आवडो, आपल्याला जन्मभर जोडीनेच राहायचं आहे. एका कुंडीत राहून आपण वेगळ्या आवाजात बोलत राहिलो, तर आपल्यालाच स्वस्थता मिळणार नाही. एवढंच नाही, तर इतर गुलाबांची स्वस्थतादेखील आपण बिघडवत राहू आणि इतर लोकांची स्वस्थतादेखील. त्यामुळे ते आपल्याला दोन भांडणारे गुलाब म्हणून ओळखणार. तू काहीतरी बोलशील की मी लगेच दुसरं काहीतरी बोलेन. एकदा आर्टेमिस की नंतर मिरियम आणि असंच सारखं चालत राहील. कधीकधी आपण दोघी एकदम बोलू. आपल्या कुंडीतल्या आवाजाची कटकट पुरेशी नसल्यासारखी ती कटकट आपण लोकांच्या डोक्यातही घुसवून देऊ. पण त्यांना काय किंवा स्वत:ला काय, दु:खी करण्याचा आपल्याला काय अधिकार आहे?"

"असं आहे का?" आर्टेमिस म्हणाली, "मग माझ्या आवाजाला शरण ये. मीच बनून जा!"

"विश्वास ठेव, ते जर शक्य असेल ना, तर मी ते जरूर करीन. तुझ्या आवाजाशी एकरूप होण्यासाठी सर्व जगाला मी ओरडून सांगीन की, मी आर्टेमिस होते; पण मी ते करू शकत नाही. मी केवळ एक फूल आहे, हे मला माहीत आहे म्हणून नाही, तर तूही एक फूल आहेस हे मी जाणते म्हणून. मी स्वत:ला हरवून टाकीन कदाचित, पण मी तुझं अस्तित्व बिघडवणार नाही, कारण तुझ्याकडे पाहूनच मला माझ्या अस्तित्वाची जाणीव होत आली आहे."

"ते होऊ शकत नाही. मी आर्टेमिस आहे आणि तू एक क्षुल्लक फूल आहेस!"

"आर्टेमिस, मी हे ऐकलं आहे की, ते लोक तुला 'गरिबांची रखवाली' असं म्हणतात आणि त्यांना अचानक गोड मृत्यू देण्यासाठी तू तुझे बाण वापरतेस! खरं का ते?"

"होय. ते अगदी बरोबर आहे."

"छान! मग मी गरीब आहे तेव्हा माझं रक्षण कर. माझं तुझ्यापासून रक्षण कर! या क्षणी तुझं धनुष्य ताणून तुझा बाण काढ आणि झटकन स्वत:ला गोड मरण देऊन टाक. घाबरू नकोस. तू नुसती हवेत विरून जाणार नाहीस. कारण

आर्टेमिसला खरं अस्तित्व कधीच नव्हतं. त्यामुळे तिचं अस्तित्व कसं काय संपेल? पण तू स्वत: तो गोड शेवट करून घेशील, तेव्हा तू परत जन्म घेशील – गुलाब म्हणून! मला माहीत आहे की, ते तितकसं सोपं नाही, पण तसं करण्याची मी तुला विनंती करते. मग तसं करशील ना?''

आर्टेमिसकडून काहीच प्रत्युत्तर आलं नाही.

''प्लीज,'' मिरियम म्हणाली, ''तू गुलाब आहेस ते तुला आठवतंय, हो ना?''

झेनेप हनीम थोडा वेळ गप्प बसली. नंतर ती डायनाकडे वळून म्हणाली, ''आर्टेमिस मिरियमला उत्तर देत नाहीये.''

डायनाने विचारलं, ''ती काहीच म्हणाली नाही का?''

''काहीच नाही.'' झेनेप हनीम उठून उभी राहत म्हणाली, ''मुली, मला वाटतं की, आजच्यापुरतं आपण हे इथेच संपवू. उद्याचा धडा म्हणजे चौथा आणि शेवटचा धडा आपण सकाळी चार वाजून एक मिनिटांनी सुरू करू या.''

डायनाला असं वाटलं की, तिची सर्व गात्रं आणि विशेषत: तिचं मन पूर्ण बधिर झालं आहे. तिला असंख्य गोष्टी बोलायच्या होत्या, पण तिने गप्प राहणंच पसंत केलं!

३४

डायना तिच्या शुभ्र अंगरख्यात एक नंबरच्या खोलीसमोर उभी राहिली. 'मध्यरात्रीनंतर दाराशी येणाऱ्या आगंतुक पाहुण्याबद्दल झेनेप हनीमची काय प्रतिक्रिया असेल बरं?'

डायना विचार करत होती, 'दार ठोठवावं की नाही?'

तिने अजून फक्त तीन तास कळ काढली असती, तर बागेत पोहोचल्यानंतर तिला तिच्या सर्व प्रश्नांची उत्तरं झेनेप हनीमकडून मिळाली असती आणि ह्या विचित्र वेळेला झेनेप हनीमची झोपमोडही करायला लागली नसती. पण इतका वेळ गादीवर अस्वस्थपणे पडून राहणंदेखील तिला अशक्य होतं.

तिने दारावर बोटांनी टकटक केली.

झेनेप हनीमने काही सेकंदातच दरवाजा उघडला. सर्वप्रथम तिला जे दिसलं ते म्हणजे तिनेही शुभ्र अंगरखा घातला होता. खरं म्हणजे दोन्ही अंगरखे अगदी सारखे होते!

"सॉरी, मी तुम्हाला अवेळी उठवतीये. बहुधा तुम्हाला झोप लागली असणार. कदाचित मी तुमचे नियम मोडले, पण मी जास्त थांबू शकले नाही. मला तुमच्याशी बोलणं फार गरजेचं वाटलं."

"मी आता झोपायलाच जात होते. ही काही कुणाच्या दारावर थाप मारायची वेळ नाही आणि माझ्यासारख्या वृद्धेच्या दारावर तर नक्कीच नाही!"

तिचं म्हणणं अगदी बरोबर होतं. डायना, झेनेप हनीमला दोष देऊ शकत नव्हती. तिला वाटलं की, आता धरणीमाता तिला पोटात घेईल तर बरं!

"प्लीज, आत ये." झेनेप हनीम म्हणाली.

"पण तुम्ही आत्ता म्हणालात...."

"मला उठवणं तुलाही योग्य वाटलं नसेल, याची मला कल्पना आहे. कारण

इथे येण्यापेक्षाही आरामशीर गादीवर लोळत पडणं तुला जास्त कठीण झालं होतं. अशा परिस्थितीत एखाद्याला जे काही सांगायचं असेल ते ऐकलंच पाहिजे! सांग काय म्हणायचंय ते.''

मान खाली घालून अर्धवट उजेड असलेल्या खोलीत डायना शिरली.

बागेचं दृश्य दिसत असलेल्या खिडकीजवळ दोघीजणी एकमेकींसमोर बसल्या.

''कुठून सुरुवात करावी तेच मला कळत नाहीये!'

''सगळ्यात अवघड गोष्टीपासून सुरवात कर ना, म्हणजे बाकी सर्व आपोआप बाहेर पडेल.''

''मेरी....'' डायना म्हणाली, ''मेरी आणि मी... मेरी... मला तिची सारखी आठवण येते. तिचा विचार न करणं मला शक्यच नाही. आता आमच्या भेटीला फार वेळ उरला नाहीये, हे मला माहीत आहे; काय सांगावं अगदी उद्यासुद्धा... पण मला ह्या बागेत जो अनुभव आला....''

ती थोडा वेळ थांबली नि पुढे बोलू लागली.

''तुम्हाला भेटेपर्यंत मेरी वेडी होती असंच माझं ठाम मत झालं होतं. मी दुसऱ्या सर्व शक्यता डावलल्या होत्या, कारण तिने तिच्या पत्रात 'गुलाबांशी बोलण्या'बद्दल लिहिलं होतं! पण तिच्या बाबतीत पूर्णपणे अलिप्त राहण्याचं ते खरं कारण होतं असं मला वाटत नाही. तिने माझ्या आईला तिच्या शेवटच्या दिवसांत काळजी आणि भीतीत राहायला भाग पाडलं होतं; पण तरीसुद्धा मेरीची पत्रं वाचताना मला काही वेगळंच वाटलं होतं. असं काहीतरी, जे मी कबूल करायला घाबरत होते; असं काहीतरी जे माझा नाश करू शकेल.''

''ते काय होतं?''

''ते म्हणजे मला नेहमी मेरीसारखं व्हावं असं वाटायचं, पण ते मला जमलं नाही. ती अगदी माझ्या आईसारखी होती, हा विचार माझ्या मनात नेहमी यायचा.''

पुढे सांगायच्या अगोदर डायनाने एक दीर्घ श्वास घेतला. ''मुलगी आईसारखी असणं यात अर्थातच काही गैर नाही. पण जी जुळी बहीण २४ वर्षांहून अधिक काळ आपल्या आईजवळ राहिली होती आणि आता कुठे तिला आईची ओळख व्हायला लागली असताना जी आपल्या आईला मुकली होती; तिच्यापेक्षाही एक वर्षाची असल्यापासून जी मुलगी आईला वंचित झाली होती, त्या मेरीचं आईशी जास्त साम्य असणं, हे त्या जुळ्या बहिणीला सहजपणे स्वीकारता येत नव्हतं. विशेषतः तिला आईसारखं बनायचं होतं, हे आईला सांगायची तिला संधीच मिळाली नव्हती.''

डायनाचे डोळे पाण्याने भरले. झेनेप हनीमने खुर्ची पुढे सरकवून डायनाचे हात हातात घेतले.

"डायना, काळजी करू नकोस. मुलीला तशी संधी मिळाला नाही, तरी तिच्या मनात काय आहे ते प्रत्येक आईला आपसूकच माहीत असतं!"

"इकडे आल्यावर माझ्या लक्षात आलं की, मी आईकडून जे घ्यायला हवं होतं ते मेरीने तुमच्याकडून घेतलं आणि म्हणूनच मी मेरीप्रमाणे असू शकत नाही."

"तू तिच्यासारखी असू शकत नाहीस असं तुला का वाटतं?"

"माझी आई म्हणायची की, तुम्हीच स्वत: स्वत:ला एक विशेष व्यक्ती समजू शकता; पण मला ते समजून घ्यायचं नव्हतं. मी नेहमी दुसऱ्याच गोष्टी शोधत राहिले – इतरांचं आपल्याकडे असलेलं लक्ष, स्तुती, आकर्षण असं काहीही ज्यामुळे मी स्वत:ला विशेष समजू शकेन!

"स्तुतीशिवाय, कौतुकाशिवाय राहू शकेन अशातली मी नव्हते. डान्स पार्टीच्या वेळी सर्वांच्या कौतुकाचा केंद्रबिंदू असणं मला फार आवडायचं. दुसऱ्यांच्या डोळ्यात भरणारी डायना मला फार आवडायची. कदाचित त्यासाठी लेखक व्हायचं माझं सर्वात मोठं स्वप्न मी सोडून दिलं.

"मेरीच पहिलं पत्र जणू माझंच वर्णन करत होतं. तिच्याभोवतीच्या लोकांचं तिच्याकडे कायम लक्ष असलं, तरी ती त्यामुळे खरी आनंदी नव्हती, पण तरीसुद्धा आपलं सर्वात महत्त्वाचं ध्येय ती विसरली."

"डायना, असं पाहा तू ज्या परिस्थितीतून गेलीस त्याच परिस्थितीतून मेरी गेली. फक्त तूच तसं केलंस असं समजू नकोस. खरं पाहिलं, तर आपल्यापैकी प्रत्येक जण काही प्रमाणात दुसऱ्यांना पसंत पडावं म्हणून स्वत:चं काहीतरी सोडून देतो."

"हो. पण सरतेशेवटी मेरीला तिचं स्वप्न पूर्ण करता आलं. माझ्याप्रमाणे ती दुसऱ्यांच्या अपेक्षांची गुलाम बनली नाही. आपल्या पहिल्या धड्यात पिवळ्या गुलाबाचं बोलणं ऐकून मला काय वाटलं माहीत आहे? जणू पिवळा गुलाब म्हणजे मेरी होती नि व्हीनस म्हणजे मी होते! आणि नंतर मिरियम आणि आर्टेमिस."

डायनाने आर्टेमिस आणि व्हीनस यांच्याशी स्वत:चं साम्य असल्याचं तात्पर्य काढलं होतं. मग झेनेप हनीमच्या चेहेऱ्यावरचा भाव बदलणार नाही याची खात्री झाल्यावर ती पुढे म्हणाली, "आर्टेमिसचं दुसरं नाव डायना आहे किंवा मिरियम आणि मेरी या नावांत काही साम्य आहे म्हणून मी हे म्हणत नाहीये. असल्या योगायोगांकडे मी फारसं लक्ष देत नाही.

"पण एक गोष्ट अशी आहे की, जी माझ्या मनात कायम घर करून राहणार आहे. आणि ती म्हणजे आर्टेमिसप्रमाणे मीदेखील इतरांवर अवलंबून आहे. ते

लपवण्यासाठी देवतेचा मुखवटा घालून वर्षानुवर्षं मी चालत राहिले. आता मला कळतंय की, मोठं व्हायच्या प्रयत्नात मी खरं म्हणजे लहानच बनत गेले! माझं चुकलं का? माझ्याबद्दल नि मेरीबद्दल मी जे बोलले ते सत्य आहे का?''

''डायना, तुझ्यावर पडणाऱ्या इतरांच्या प्रभावाबद्दल तू बोललीस, पण त्याच वेळी तू मात्र दुसऱ्या व्यक्तीलाच तुझ्याबद्दल अभिप्राय विचारलेस! मीसुद्धा 'इतरां'मध्येच मोडते!''

''नाही झेनेप हनीम. मेरी म्हणायची की, तुम्ही 'इतर' नाही आणि ते मलासुद्धा पटतंय. प्लीज मला सत्य सांगा. मेरीच्या आणि माझ्या बाबतीतले माझे विचार चूक नाहीत. हो ना?''

झेनेप हनीमने डायनाकडे पाहिलं तेव्हा तिचे डोळे आपुलकीने भरले होते! ती म्हणाली, ''डायना, मला वाटतं की, तू स्वत:ला फारच दोष देते आहेस. आपण कोणीच पूर्णत्वाला पोहोचलेले नसतो आणि तसं आपण मानूही नाही. आपलं कौतुक व्हावं आणि आपण दुसऱ्यांना हवेसे वाटावं असं प्रत्येकाला वाटत असतं. मुख्य म्हणजे त्यात काहीच गैर नाही. ते अगदी नैसर्गिक आहे.''

''आपण स्वत: ठरवण्याऐवजी इतरांनी आपल्यासाठी निवडलेलं जीवन आपण जगलो तर ते रास्त आहे का? की तेसुद्धा नैसर्गिक आहे?''

''डायना, मला किंवा दुसऱ्या कुणालाच तू जीवन कसं जगावंस ते सांगण्याचा अधिकार नाही. कदाचित मी तुला गुलाबांना कसं ऐकायचं ते शिकवू शकते. तू जोपर्यंत माझं ऐकून घेतेस, तोपर्यंत बागेमध्ये तू हे कर, ते कर, असं मी तुला सांगू शकते. कारण गुलाबांना ऐकायची कला मला येते, पण तुला त्याबाबत फारच थोडं माहीत आहे; आणि ते शिकायची पण तुझी इच्छा आहे. पण डायना, कसं जगायचं ते तू मला विचारू नकोस, कारण तुझी मला काहीच माहिती नाही आणि असली तरी तुझ्याचबद्दल तुला मी शिकवू शकत नाही.

''आणि मेरीच्या बाबतीत म्हणशील, तर तुला वाटतंय त्यापेक्षा मला मेरीबद्दल खूप कमी माहिती आहे. मला तुझ्यापेक्षा तिची थोडीदेखील अधिक माहिती नाही; पण मला जे माहीत आहे त्यानुसार ती अतिशय धैर्यवान व्यक्ती आहे. अगदी तुझ्यासारखीच सुंदर आहे!'' तिनं पुस्ती जोडली. डायना, झेनेप हनीमकडे पाहून कृतज्ञतेने हसली.

पहाटे दरवाजावर टकटक केली ते बरं झालं असं डायनाला वाटायला लागलं. तिला परत आपल्या खोलीत जाऊ नये असं वाटत होतं आणि रात्रभर झेनेप हनीमबरोबरच राहावं असं वाटत होतं.

पण त्याने काय फायदा होणार होता? तिच्या आईबरोबर ती २४ वर्षं राहिली नव्हती का?

"आता मला गेलं पाहिजे." डायना म्हणाली, "तुम्ही वेळ दिल्याबद्दल आणि दयाळूपणा दाखवल्याबद्दल तुमचे कसे आभार मानावे तेच मला कळत नाहीये!"

"मी काहीच केलं नाही." झेनेप हनीम म्हणाली, "पण बेटा, तू म्हणालीस ते बरोबर आहे. तुला आता थोडी विश्रांती घ्यायला हवी, कारण शेवटचा धडा सर्वात कठीण आहे.

३५

अगदी गडद अंधार होता. डायना बागेमध्ये खाली गेली, त्या वेळेस धडा सुरू व्हायला तब्बल एकोणीस मिनिटं उरली होती. धडा सुरू होण्यापूर्वी काही वेळ एकटीने गुलाबांबरोबर घालवण्यासाठी ती आज सकाळी जरा लवकर आली होती. ती बागेत शिरणार, इतक्यात घराच्या लाकडी जमिनीवर अचानक पावलांचा आवाज ऐकू आला. डायनाला तो झेनेप हनीमच्या पावलांचा आवाज वाटला नाही, कारण आतापर्यंतच्या धड्यांना ती अगदी वेळेवर आली होती – एक मिनिट लवकर नाही की एक मिनिट उशिरा नाही! शिवाय तिची चालपण लयीत आणि धीमी असायची; पण जवळ येणारी पावले घाबरून घाईघाईत टाकल्यासारखी वाटत होती आणि त्यांची गतीदेखील वाढत होती. ज्या तऱ्हेने पावलांचा आवाज येत होता त्यावरून ती व्यक्ती जवळजवळ धावत येत असावी असं वाटत होतं.

पण घामाने डबडबलेली, धापा टाकत डायनाकडे आलेली ती व्यक्ती झेनेप हनीमच होती.

"अग डायना" ती बोलली तेव्हा तिच्या आवाजात कंप होता, "मला माहीत आहे की ह्या क्षणाची तू अगदी आतुरतेने वाट पाहत होतीस पण...."

"काय झालं? मेरीबद्दल काही आहे का?"

झेनेप हनीमने मान खाली घातली.

"काय झालंय? जे काही असेल ते चटकन मला सांगा ना!"

"मेरीने फोन केला होता, पण मी तेव्हा झोपले होते. तिने निरोप ठेवलाय. तिनं सांगितलंय की, अचानक काही काम निघाल्यामुळे तिला सॅन फ्रान्सिस्कोला परत जावं लागलं."

"अरे देवा, तिने आईच्या दुखण्याबद्दल ऐकलं असणार! मला ताबडतोब घरी जायला हवं. तिच्या अगोदर मला तिथे पोहोचायला पाहिजे."

"पण मेरी अगोदरच...."

"आईच्या मृत्यूबद्दल तिनं ऐकलं नसेल अशी मी आशा करते!" डायना पुटपुटली.

जन्मभर आईला भेटण्याचा ध्यास घेतलेल्या त्या मुलीला जेव्हा कळेल की, तिची आई आता हयात नाही तेव्हा तिची काय अवस्था होईल, या नुसत्या विचारानेदेखील डायना शहारली.

"मला लगेच जाऊन सामान आवरायला पाहिजे."

"अगदी बरोबर पोरी! तोपर्यंत मी पहिल्या फ्लाईटवर तुझ्यासाठी एक जागा पक्की करते."

डायना परत जाण्यासाठी वळली, पण अचानक थांबली. मग मागे वळून ती बागेच्या मध्यभागी असलेल्या पिवळ्या गुलाबासमोर गुडघे टेकून बसली. तिने त्याच्या पाकळ्या बोटांनी कुरवाळल्या आणि ती म्हणाली, "तू बरोबर म्हणालास. केवळ सुगंधामुळेच गुलाबांची खरी ओळख पटते!"

३६

दुपारच्या फ्लाइटवर डायनासाठी एक जागा मिळाली होती आणि त्या दोघी विमानतळावरसुद्धा अगदी वेळेवर पोहोचल्या. पासपोर्टच्या रांगेत शिरण्याअगोदर डायनाने झेनेप हनीमला मिठी मारली.

"माझ्यासाठी जे काही केलंत त्याबद्दल धन्यवाद! मला ह्याची परतफेड कशी करता येईल देव जाणे! तुमच्या संगतीत घालवलेले दिवस हे कदाचित माझ्या आयुष्यातले सर्वात मोलाचे दिवस होते. जर कधी तुम्ही माझ्या आईला भेटलात, तर तुम्हाला कळेलच की, मी 'कदाचित' एवढंच का म्हणतेय."

"डायना, आभार मानायचेच असतील, तर स्वतःचेच मान. हा आठवडा तुला विशेष वाटला तो आपल्या अपूर्ण राहिलेल्या धड्यामुळे किंवा माझ्यामुळे नव्हे, तर तू ज्या धैर्याने गुलाबांना सामोरे गेलीस त्या गोष्टीमुळे हे दिवस विशेष बनले. ही गोष्ट एक व्यक्ती दुसऱ्याला देऊ शकत नाही.

"तू इथे एक हुशार, शिकलेली व्यक्ती म्हणून आलीस, पण त्यामुळे तू गुलाबांना ऐकण्याचा प्रयत्न विश्वासाने करायला कचरली नाहीस. ही बाब काही साधी नाहीये, यावर विश्वास ठेव. जे लोक 'जास्त चांगलं' मिळवण्यासाठी 'चांगलं' सोडायला तयार होतात, त्यांच्याकडे धैर्य लागतं आणि तुझ्याजवळ ते धैर्य आहे."

डायना हसली, "माझं इतकं कौतुक व्हावं इतकी माझी लायकी नाही; पण तुमची ओळख होण्याचं भाग्य मात्र मला लाभलं. मी हे सगळं अर्धवट टाकून चालले असले, तरी मनाने मी इथंच असीन आणि मला आशा वाटते की, अपूर्ण राहिलेला धडा घेण्यासाठी मी कधीतरी ह्या बागेत परत येईन."

"आपलं मन जिथे असतं, तिथेच आपण असतो. तुझं मन इथे असेल, तर तू कितीही दूर गेलीस तरी तुझा धडा पूर्ण होईल. त्याबद्दल शंका घेऊ नकोस."

झेनेप हनीमने पर्समधून एक अत्तराची बाटली काढली. ''घाईघाईमध्ये तुझ्यासाठी ही मला कागदात गुंडाळता आली नाही. बागेतल्या गुलाबांपासून काढलेलं हे अत्तर आहे. त्यामध्ये सॉक्रेटिसच्या सुगंधाशिवाय आणखी शंभर वेगवेगळे सुगंध आहेत. ह्या अत्तराचं वैशिष्ट्य म्हणजे प्रत्येक वेळी त्याचा सुगंध वेगळा असतो. तुला तो खूप आवडेल!''

''मला काय बोलावं तेच कळेनासं झालंय. ह्याचं माझ्यासाठी काय मोल आहे त्याची तुम्हाला कल्पना येणं अशक्य आहे. पण सॉरी, कारण तुम्हाला देण्यासाठी आत्ता माझ्याजवळ काहीच नाहीये.''

''बाळा, तू ते मला अगोदरच दिलं आहेस. माझी पाहुणी बनून इथे राहिलीस हीच माझ्यासाठी मोठी भेट आहे.''

जेव्हा निरोप घ्यायची वेळ आली तेव्हा क्षणभर झेनेप हनीमच्या गर्द निळ्या डोळ्यात डायनाला तिच्या आईची प्रतिमा दिसली. बॅग खाली ठेवून तिने परत एकदा झेनेप हनीमला मिठी मारली. ''ओह, माझा विश्वासच बसत नाहीये, तुम्ही किती माझ्या आईसारख्या आहात!''

''सोन्या'' झेनेप हनीम तिच्या कानात कुजबुजली, ''तुलाही गुलाबाचं बोलणं ऐकू येईल. ते ज्या दिवशी घडेल तेव्हा ते आश्चर्य समजू नकोस. तेव्हापासून आयुष्यातला प्रत्येक क्षण हे आश्चर्य असतं, हे तू विसरून जाशील. नेहमी लक्षात ठेव नुसते गुलाबच नाही, तर सर्व गोष्टी बोलत असतात.''

३७

भयंकर काळजीत असलेले प्रवासी 'घाबरण्याचं काही कारण नाही' हे वाक्य वैमानिकाकडून ऐकण्यासाठी अतिशय उत्सुक होते. ज्याप्रमाणे विमान गचके खातखात वरखाली होत होतं त्यावरून त्याचे पंख कोणत्याही क्षणी तुटून जातील असं वाटत होतं! डायना सोडून सर्व प्रवासी विमानामधून येणाऱ्या तऱ्हतऱ्हेच्या विचित्र आवाजांनी जास्तच घाबरत होते.

'कंबरेचे पट्टे बांधा' ही सूचना बंद झाली की, उठून वरच्या लॉकरमधून डायरी काढण्याची वाट पाहत डायना संथपणे बसली होती.

इतर प्रवाशांच्या किंवा मागे बसलेल्या हवाईसुंदरींच्या नजरांची फिकिर न करता डायना सीट बेल्ट उघडून उभी राहिली आणि तेवढ्यात विमानाने उसळी घेतल्याने ती शेजारच्या प्रवाशाच्या मांडीवर पडली.

"सॉरी, मला माफ करा."

"अगं, तुला आता लागलं नसतं का! तू सीटवरती बसून राहा." तो वयस्कर माणूस म्हणाला.

एअर होस्टेसनेही खूण करून तिला बसायला सांगितलं, तेव्हा 'ह्या मुलीला झालंय तरी काय?' हा भाव चेहऱ्यावर आणून काही प्रवाशांनी तिच्याकडे पाहिलं.

तरीसुद्धा उभं राहून तिने वरच्या लॉकरमध्ये बॅग पाहण्यासाठी खोलवर हात घातला, पण ती इतकी वरखाली होत होती की, कुठच्याही क्षणी ती बॅग एखाद्या प्रवाशावर पडली असती, पण अखेरी यशस्वीपणे ती बॅग डायना काढू शकली.

डायनाने तिची डायरी उघडली. विमानाच्या वरखाली होण्याने वेड्यावाकड्या उठणाऱ्या अक्षरांनी ती लिहू लागली :

प्रिय आई,

मला तुला एक विचारायचं आहे.

मेरीचा जन्म माझ्याआधी झाला होता. हो ना? ती माझ्या आधी चालायला शिकली आणि बोलायलाही, हो ना?

ती अजूनही माझ्या खूपच पुढे आहे. कदाचित मी हे लिहीत असताना ती तुला भेटायला येते आहे. आई, खरं म्हणजे मेरीने खूप पूर्वीपासून तुझ्याजवळ असायला पाहिजे होतं. माझ्यापेक्षा खरी तिलाच तुझी गरज होती. तिचं तुझ्यावर प्रचंड प्रेम आहे.

माझं बोलणं नीट ऐकून घे. तिच्याइतकंच माझंही प्रेम आहे तुझ्यावर, पण तुझी मुलगी असल्याचं महत्त्व न जाणता तिने तुझ्यावर प्रेम केलं. तुझ्याकडून काहीही न मिळता, ती घाबरलेली असताना तुझा आधार न मिळता किंवा तुझ्या छातीवर डोकं ठेवून झोपण्याची संधी न मिळतादेखील तिने तुझ्यावर प्रेम केलं. तू जसं म्हणालीस की 'प्रेमाच्या बदल्यात प्रेम करणाऱ्या व्यक्तीची काही अपेक्षा असेल, तर ते खरं प्रेम नसतं.'

मग आई, आमच्या दोघींपैकी तुझी खरी मुलगी म्हणवून घेण्याचा हक्क कुणाला आहे? मला त्या उत्तराची आता भीती वाटत नाही. ती माझीच जुळी बहीण आहे. मी नेहमीच तिच्या मागोमाग सारं करत आल्याने कदाचित एके दिवशी मीही तुझी मुलगी म्हणून घेण्याची लायकी मिळवीनच.

एकूण सर्व बघता तिने आणि मी एकाच तऱ्हेने नशीब भोगलं आहे ना! आई-वडलांपैकी एकाच्या सहवासात मोठं होणं, कायम इतरांच्या नजरांनी वेढलेलं असणं आणि कहाण्या, स्वप्नं, झेनेप हनीम आणि गुलाबाच्या बागेवर प्रेम असणं ह्या गोष्टींबाबत आमच्यामध्ये किती साम्य आहे ना! म्हणून ज्या क्रमाने मेरीच्या आयुष्यात घटना घडल्या त्यानुसार गुलाबांशी बोलण्याची आता माझी पाळी असणार! पण सध्यातरी ती गोष्ट मला अशक्य वाटते. मला कुठेतरी अजूनही वाटतंय की, अशा गोष्टी फक्त परीकथांमध्येच घडत असतात.

पण आई, अजून एक प्रश्न माझ्या मनातून जाऊ शकत नाही. परीकथांमधले नायक पुरं करू न शकणारं वचन कधी देत नाहीत. हो ना? ज्या गोष्टी मी गुलाबांच्या बागेत ऐकल्या, त्यानुसार झेनेप हनीमला परीकथांची नायिका म्हणायला पाहिजे. तसं असेल, तर तिला तिचं वचन पाळायला लागणार. हो की नाही? एक दिवस तुलाही गुलाबांचं बोलणं ऐकू येईल असं ती मला म्हणाली होती.

आई, मला कळत नाहीये.

स्वप्न-सत्य, भीती-आशा, मी-मेरी सगळी कशी गुंतागुंत झाली आहे!
तुझा आवाज ऐकण्याची मला फार गरज आहे.

डायना
तुझी लहान मुलगी

३८

हॉटेलचा ड्रायव्हर विमानतळावर तिला न्यायला आलेला पाहिल्याबरोबर डायनाने त्याला विचारलं, ''माझ्या आईला भेटायला कुणी आलं होतं का? कुणीतरी अगदी माझ्यासारखी दिसणारी मुलगी?''

''मिस स्ट्युअर्ट, माझ्या अंदाजाप्रमाणे कोणी आलं नव्हतं.''

''मग घरी जायच्या आधी वाटेत थोडंसं थांबू या.''

हॉटेलशी पोहोचेपर्यंत डायना अगदी मिनिटं मोजत होती! पण हॉटेलमध्ये आणि घरी गेल्यावर घरकाम करणाऱ्या माणसांकडूनही तीच बातमी कळल्यावर तिची निराशा झाली. तिच्या आईची चौकशी करायला कुणीच आलं नव्हतं. जुळी बहीण आहे हे काही काळापुरतं तरी डायनाला कुणाला सांगायचं नव्हतं. 'मागच्या आठवड्यात मला कुणी इथे पाहिलं का?' असा प्रश्नही तिने इतरांना विचारायचा प्रयत्न केला, पण त्या प्रश्नाला कुणीच गंभीरपणे घेतलं नाही, कारण ती बाहेरगावी गेली होती हे सगळ्यांना माहीत होतं!

'मेरी अजून घरी किंवा हॉटेलवर आली नव्हती, म्हणजे आईच्या मृत्यूबद्दल तिने अजून ऐकलं नसावं, असा याचा अर्थ घ्यायचा का?' म्हणजे ही बाब चांगली होती, 'पण मेरीने इतर लोकांकडून त्याबद्दल ऐकलं असेल तर!' या विचाराने डायनाच्या मनाला स्वस्थता नव्हती.

घरी थांबून वाट बघण्यापलीकडे ती काहीच करू शकत नव्हती. दारावरची बेल ऐकण्यासाठी किंवा टेलिफोनची रिंग वाजावी म्हणून, ती घरात बराच वेळ वर-खाली येरझारा घालत होती; पण फोन वाजला नाही किंवा कोणी आलंदेखील नाही.

ती मध्यरात्रीपर्यंत तशीच वाट पाहत ताटकळत थांबली होती; पण तिचं थकलेलं शरीर शेवटी पराभव पत्करून काळ्या सोफ्यावर झोपून गेलं!

३९

दारावरची बेल वाजल्यामुळे ती दचकून उठली आणि मिस लोपेझ पोहोचायच्या आत दाराशी पळत गेली. पोस्टमन आला होता. त्याने पुढे केलेलं पाकीट तिने घेतलं नि दार बंद केलं. पार्सलवर नाव किंवा पत्ता नव्हता, पण तिला मनातून वाटलं की, नक्की त्याच्याशी मेरीचा संबंध असावा. घाईघाईने तिने ते उघडलं.

प्रिय आईस,

आज मी सॅन फ्रान्सिस्कोला पोहोचले. तिथे त्यांनी सांगितलं की, तू मरण पावली आहेस. माझा विश्वास बसला नाही.

आई, तू कुठे आहेस? आता आपली सरतेशेवटी भेट होणार होती आणि आत्ताच तू गेलीस तरी कुठे?

आई गं, मला तुझी फार आठवण येते. तुलाही माझी फार आठवण येत असेल ना? म्हणूनच इथे येऊन मला तू घेऊन जा. माझ्या चौथ्या पत्रात कळवलेल्या पत्त्यावरच मी आहे. तू नक्की येशील, कारण तू जिवंत आहेस याची मला खात्री वाटते.

तुला यायलाच पाहिजे! कारण तू आली नाहीस, तर इतके दिवस 'इतर' सांगत होते त्यावर मला विश्वास ठेवावा लागेल. तसंच या जगात 'मी तुला भेटू शकत नाही' ह्याचासुद्धा स्वीकार करायला लागेल.

आणि तसंच असेल, तर जे करायला लागेल ते करून मी तुझ्यापर्यंत पोहोचेन.

मेरी

"ओह माय गॉड!" डायना हळूच म्हणाली; कारण चवथ्या पाकिटात तर पत्रच नव्हतं!

४०

मेरीच्या पत्राबद्दल सांगण्यासाठी डायनाने झेनेप हनीमला फोन केला. नंतर घराच्या कानाकोपऱ्यात ते चौथं पत्र शोधायला तिने सुरुवात केली. ते जुनं कपाट, आईची खोली, पुस्तकांची खोली, लपायची प्रत्येक जागा यांचा शोध घेऊनही ते पत्र तिला कुठेच सापडलं नाही.

संध्याकाळच्या वेळेस फोन वाजला!

''हॅलो डायना'' झेनेप हनीम म्हणाली, ''तुला पत्र सापडलं की नाही?''

''मी सगळीकडे शोधलं. आता मला वेड लागण्याची पाळी आली आहे.''

''काळजी करू नकोस. आईकडून काहीच प्रतिसाद आलेला नाही म्हणून ती आईशी नक्कीच परत संपर्क साधायचा प्रयत्न करेल.''

''इथं विचारलं तेव्हा सगळे म्हणाले की, ती घरी किंवा हॉटेलवर आलीच नव्हती आणि आईच्या मृत्यूबद्दल मेरीला कोणी सांगितलं असेल, तेही मला कळत नाहीये. ती काहीतरी बरंवाईट करून घेईल की काय अशी मला भीती वाटतेय.''

''नाही, नाही. तू तसा विचार करू नकोस. तुझ्या आईकडून काही कळलं नाही, तर शेवटी ती मला एकदा फोन करेलच, तेव्हा काळजी करू नकोस. उद्या तुला मी एक पार्सल पाठवते. ते उघड आणि मेरी आली तर ते तिला दे. कदाचित त्याने तिला खूप बरं वाटेल; पण तोपर्यंत तू त्या पत्राच्या शोधात राहा.''

''कदाचित असं पत्र नसेल!''

''चौथं पत्र आहे असं तूच म्हणाली होतीस ना? जर ते पाकीट आहे, तर त्याबरोबर पत्र असायलाच हवं!''

४१

डायनाने दोन दिवस सतत ते पत्र शोधलं, पण तिला काहीच सापडलं नाही. ते पत्र कुठे असेल हे विचारायला ती आईच्या थडग्याकडेसुद्धा जाऊन आली, पण तिला काहीच उत्तर मिळालं नाही.

घरी आल्यावर ती पुस्तकांच्या खोलीत गेली. शेकडो पुस्तकांनी भरलेल्या कपाटांवर नजर फिरवल्यावर 'द लिटल प्रिन्स' नावाचं पुस्तक तिला सापडलं. ते पुस्तक लहान असताना तिने बऱ्याच वेळा वाचलं होतं. दोन मोठ्या ग्रंथांमध्ये दडलेलं ते पुस्तक तिने तिथून काढलं. वडलांचा निरोप घेण्यासाठी लिहिलेल्या पत्रात मेरीने लिहिलं होतं की, ते पुस्तक मेरीने प्रत्येक वर्षानंतर परत वाचलं होतं. ते पुस्तक पार बदलून गेल्याचंही तिने लिहिलं होतं. खरं होतं का ते?

पुस्तकावरची धूळ झाडून डायना जमिनीवर बसली.

एका तासानंतर तिने ते वाचून संपवलं. ते पुस्तक खरंच किती बदललं आहे त्याचा विचार करत ती भिंतीला टेकून बसली होती. मग तिने तिची डायरी शोधली.

प्रिय मेरी,

बऱ्याच वर्षानंतर 'द लिटल प्रिन्स' हे पुस्तक आत्ताच मी वाचून संपवलं. तू म्हणतेस ते खरं आहे. हे पुस्तक संपूर्ण बदललं आहे!

मला वाटतं की, 'गुलाबांची जबाबदारी घेणं' म्हणजे काय ते आता मलासुद्धा समजायला लागलंय.

पण ती जबाबदारी मी घेऊ शकेन, असा मात्र याचा अर्थ नाही. आणि मेरी, इथेच आपल्या विचारात फरक आहे. तू तुझ्या गुलाबांची जबाबदारी सांभाळलीस.

स्वत:चा गुलाब हरवला आहे, हे माझ्या खूप आधी तुला उमगलं आणि तो शोधण्यासाठी जे जे करता येईल ते ते तू केलंसही. तू तुझ्या गुलाबाची काळजी घेतलीस.

मेरी, मी कसला विचार करतेय माहीत आहे? वडलांनी मला त्यांच्या बरोबर नेऊन तुला आईजवळ सोडायला हवं होतं, असं मला वाटतं. माझ्याऐवजी आईने तुझ्यासाठी आयुष्य वेचायला पाहिजे होतं. आईची सोबत माझ्यापेक्षा तुझ्याच जास्त कामी आली असती.

तुझी जबाबदारी आईने माझ्यावर टाकली नाही आणि त्याऐवजी माझी जबाबदारी तुझ्यावर टाकली, हे आता माझ्या लक्षात येतंय. तिला माहीत होतं की, मला तुझी गरज आहे.

आणि आता ते मलाही कळलं आहे.

म्हणूनच तू आता इथे यायला पाहिजेस. मेरी, याच आयुष्यात आपण आईला भेटू शकू यावर पुन्हा एकदा विश्वास ठेव. मेरी, ती देवाघरी आहे आणि देव नेहमीच आपल्यापाशी असतो.

तू लहान होतीस तेव्हाचं आठवून बघ. तू इतरांना कशी उत्तरं द्यायचीस आठवतंय? जेव्हा इतरांनी तुला सांगितलं की, 'तुझी आई हयात नाही' किंवा 'ती एका खूप दूरच्या ठिकाणी आहे' किंवा 'ह्या जगात तू परत तिच्याजवळ असू शकत नाहीस' वगैरे? पण तुला मात्र विश्वास होता ना की, ह्या प्रश्नाचं 'काळ' हे उत्तर असू शकतं म्हणून?

मग आता तुझे विचार बदलायचं कारण काय आहे? का आता तूही माझ्यासारखी प्रौढ बनली आहेस?

बरं मेरी, तू इथे येऊन मला भेटशील ही आशा मी कधीच सोडणार नाही. कारण माझं मन मला सांगतंय "तू मेरीच्या शोधात निघालीस त्याआधीच खूप काळ तिने तुझा शोध घ्यायला सुरवात केली होती."

डायना

४२

डायनाने तिची डायरी बंद केल्यावर काही मिनिटांतच दरवाजावरची बेल वाजली. ती दार उघडण्यासाठी धावली.

तो गॅब्रिएल होता. त्याच्या हातात एक भलं मोठं पार्सल होतं.

"गुड मॉर्निंग डायना! इस्तंबूलहून तुमच्यासाठी ही एक्सप्रेस डिलिव्हरी आलीये. तिथे कुणाचं हृदय चोरलंत?"

"मला वाटतं तिथे निदान एका व्यक्तीचं हृदय चोरायला मला जमलं" झेनेप हनीमचा विचार करत ती म्हणाली.

ते पॅकेज इतकं घट्ट गुंडाळून आणि करकचून बांधलं होतं की, ते अगदी 'ममी'सारखं वाटत होतं. त्याच्यासोबत असलेलं पत्र गॅब्रिएलने तिच्यासमोर धरलं. त्याला छानसं हसून घालवल्यावर, डायनाने ते पाकीट उघडलं –

प्रिय डायना,

ह्या पुडक्यात तुला सॉक्रेटिस सापडेल आणि मेरीने स्वप्नात जसा घातला होता तसा सफेद फुलांचा एक मुकुट त्याच्या फांदीला अडकवलेला दिसेल. सॉक्रेटिसला अगोदर ऐकलं, तरच आईचा आवाज ऐकता आला असता, असा मेरीला विश्वास होता. मला वाटतं की, तिची इच्छा आता लवकरच पुरी होईल.

शिवाय पिवळ्या गुलाबालासुद्धा तुला काही सांगायचं आहे....

त्या नसिरुद्दीन होदजाची एक कहाणी थोडी बदल करून मेरीसाठी पाठवली आहे. तिला भेटल्यावर पुढे दिलेली कहाणी तिला तू वाचून दाखवावीस अशी त्याची इच्छा आहे. मेरीने सॉक्रेटिसची गाणी ऐकल्यावर, तिला एका किल्लीची गरज भासेल. ती तिला ह्या गोष्टीत सापडेल.

‘खजिन्याची किल्ली’

एके दिवशी नसिरुद्दीन होदजाने त्याच्या खजिन्याची किल्ली हरवली. घरासमोरच्या रस्त्यावर, शेजारच्या घराभोवती आणि शिवाय खेड्याकडे जाणाऱ्या रस्त्यांवर त्याने तिचा शोध घेतला, पण ती किल्ली त्याला कुठेच सापडली नाही.

मग किल्ली शोधायला मदत म्हणून त्याने शेजाऱ्यांना बोलावलं. त्यांनीदेखील कानाकोपऱ्यात आणि खेड्याच्या चहूबाजूला शोधलं, पण काही हाती आलं नाही. जणूकाही जमिनीने तिला अचानक गिळून टाकलं होतं. काही वेळानंतर नसिरुद्दीन होदजाला त्याच्या एका शेजाऱ्याने विचारलं,

‘‘होदजा, तू किल्ली दाराबाहेर हरवलीस हे नक्की ना?’’

‘‘अंहं. नाही, नाही.’’ होदजा म्हणाला, ‘‘मी ती आतच हरवली होती, पण बाहेर शोधणं सोपं म्हणून मी बाहेर शोधतो आहे.’’

पिवळा गुलाब म्हणतोय की, मेरीने तिच्या खजिन्याची किल्लीदेखील बाहेर न शोधता घरातच शोधावी.

कदाचित तिच्या पलंगाच्या उशाशी असलेल्या खणामध्ये....

सोन्या, मला आणि पिवळ्या गुलाबाला तू केलेल्या मदतीसाठी तुझे आभार मानायचे आहेत.

झेनेप

४३

डायनाने थर्माकोल आणि इतर गुंडाळलेली वेष्टणं काढल्यावर एक रुपेरी कापड पांघरलेला सॉक्रेटिस दिसला! तिने ती जड कुंडी अलगद टेबलावर ठेवली. नंतर जणूकाही पुतळ्याचं अनावरण करतात, तसं तिने ते कापड बाजूला केलं.

सॉक्रेटिस!

''ओह माय गॉड!'' डायना पुटपुटली.

ती तिच्या गुडघ्यावर बसली.

''ओह, माय गॉड!''

ती एकटक पाहत होती. तिची पापणीही लवत नव्हती. चार काळी गुलाबाची फुलं असेलेलं 'सॉक्रेटिस' हे एक गुलाबाचं झाड होतं. चार काळे गुलाब!

काळाचा विसर पडून डायना आश्चर्यचकित होऊन सॉक्रेटिसकडे पाहत राहिली.

चार काळे गुलाब!

डायना उडी मारून उठली आणि आईने शेवटची वाढदिवसाची भेट म्हणून दिलेल्या चांदीच्या फ्रेमकडे पळाली. त्यावर चार बाजूंवर काढलेल्या चार गुलाबांना कुरवाळत तिने त्यावर कोरलेली कविता वाचली :

नाही, तुला वाटतंय तसं ते नाहीये
तू मला मुकलेली नाहीस;
मी सर्व गोष्टींमधून तुझ्याशी बोलते
आठवणींच्या मागे जाऊन पाहा.

त्या ओळींवरून नजर फिरवताना डायनाला भूतकाळात संचार केल्यासारखं झालं.

मेरीने पत्रात लिहिलेल्या काही गोष्टी तिला आठवल्या.

मेरी 'इतरांना' म्हणाली होती : ''तुम्हाला वाटतं तसं ते नाहीये'' आणि आईने

तिला तिच्या स्वप्नांत सांगितलं होतं : ''तू मला मुकलेली नाहीस'' लाल गुलाबाने मेरीला काय सांगितलं : ''तुझी आई सर्व गोष्टींमधून तुझ्याशी बोलत असते!''

गुलाबांच्या बागेत घालवलेले दिवस तिला आठवले. आर्टेमिस आणि मिरियमची एकरूप झालेली कुंडीतली झाडं तिच्या डोळ्यासमोर आली आणि त्यांच्या संवादाचा काही भाग तिच्या कानात प्रतिध्वनीसारखा फिरत राहिला. झेनेप हनीमने सांगितलेल्या गोष्टी तिला आठवल्या. मेरीच्या पत्रातल्या शब्दांप्रमाणेच झेनेप हनीमचे शब्ददेखील तिला तिच्या आईसारखे वाटत होते.

झेनेप हनीमच्या डोळ्यात तिला आईचं प्रतिबिंब दिसलं होतं, ते तिला आठवलं. जणूकाही ती परत एकदा झेनेप हनीमच्या डोळ्यात पाहत होती आणि ते चमकदार निळे डोळे झेनेप हनीमचे नसून तिच्या आईचेच होते.

तिच्या खजिन्याच्या किल्लीबद्दल आईला विचारल्याचं आणि ती तिच्याजवळ नसल्याचं आईने नेहमी कसं उत्तर दिलं होतं, ते सर्व तिला आठवलं. मेरीसाठी पिवळ्या गुलाबाने पाठवलेली कहाणी तिला आठवली आणि मिस जॉन्सनने आईच्या थडग्यावर ठेवलेली पिवळी गुलाबाची फुलं तिला आठवली!

फ्रेममधल्या कवितेतली प्रत्येक ओळ तिला मेरीच्या एका पत्राची आठवण करून देत होती आणि त्या हरवलेल्या पत्राकडे ती हळूहळू जात असल्याचं तिला जाणवत होतं.

'नाही. तुला वाटतंय तसं ते नाहीये' ह्या एका ओळीमुळे तिला मेरीचं पहिलं पत्र आठवलं – तिचा 'इतरां'विरुद्धचा आक्षेप. 'तू मला मुकलेली नाहीस' ह्या ओळीमुळे तिला मेरीचं दुसरं पत्र आठवलं – आईने तिला स्वप्नात येऊन सांगणं की, 'तू मला मुकलेली नाहीस.' आणि 'मी तुझ्याशी सर्व गोष्टींमधून बोलते' ह्यावरून डायनाला तिसरं पत्र आठवलं – तो लाल गुलाब मेरीला सांगायचा की, 'तुझी आई सर्व गोष्टींमधून तुझ्याशी बोलते' म्हणजे चौथं पत्र चौथ्या ओळीत लपलेलं होतं. डायनाने ती ओळ सारखी, परतपरत म्हणून पाहिली.

''आठवणींच्या पडद्यामागे जाऊन पाहा'' ''आठवणींच्या पडद्यामागे....''

''....आठवणींच्या...'' ''....आठवणींच्या....''

''....मागे''

ती एकदम थांबली आणि तिने फ्रेम हातात घेतली. तिच्या आईची ती सुखद आणि अनमोल आठवण होती. भिंतीवरून फ्रेम खाली काढून तिने ती उपडी करून त्या फ्रेमच्या 'मागे' पाहिलं.

तिचा अंदाज चुकला नव्हता! वरच्या उजव्या कोपऱ्यात चावीसाठी एक भोक होतं. झेनेप हनीमच्या पत्रात पिवळ्या गुलाबाने दिलेला सल्ला लक्षात घेऊन डायनाने ती फ्रेम टेबलावर ठेवली आणि ती तिच्या खोलीकडे पळाली. तिथे तिने

तिच्या पलंगाच्या उशाशी असलेला खण उघडला. आत भरलेल्या कागद-पेन्सिली वगैरेंमधून तिने शोध घेतला तेव्हा त्या सर्वांच्या तळाला एक छोटी किल्ली चिकटपट्टीने ड्रॉवरला आतून चिकटवलेली तिला सापडली!

तिने ती किल्ली हातात घट्ट धरली "थँक यू पिवळ्या गुलाबा!"

बाहेरच्या खोलीत आल्यावर सॉक्रेटिसच्या फांदीवर ठेवलेला सफेद गुलाबांचा मुकुट घेऊन तिने तो हलकेच आपल्या डोक्यावर ठेवला.

त्यानंतर तिने चांदीची ती फ्रेम उचलली. किल्ली इतकी छोटी होती की, ती भोकात घालताना तिने ती एकदा खाली पाडलीदेखील. पण दुसऱ्या प्रयत्नात ती फ्रेम उघडू शकली. आत एक चांदीचा पत्रा होता. त्यावर बारीक अक्षरात एक पत्र कोरलेलं होतं. ते बाहेर काढताना तिची नाडी इतक्या जोरात उडत होती की, हृदयाची धडधड तिला स्पष्ट ऐकू येत होती.

तिने तो आरशासारखा चमकणारा पत्रा समोर धरला. सर्वात वरती दोन शब्द लिहिलेले होते : 'मेरीचा पत्ता' अगदी त्याच्याच खाली तिने आपल्या चेहऱ्याचं प्रतिबिंब त्या चमकत्या पत्र्यावर पाहिलं.

जरा मागे सरकलेला मुकुट तिने सारखा केल्यावर दोन अश्रू तिच्या गालावरून हळूहळू ओघळत गेले. ते न पुसताच तिने आईचे शब्द वाचायला सुरवात केली.

लाडोबा, डायना किंवा तुझे वडील नेहमी तुला म्हणायचे तसं,

"मेरी!"

तुझ्या कानात हे नाव तुझे वडील नेहमी कुजबुजत असत; पण त्यांच्या मृत्यूनंतर ह्या नावाचा तुझ्याशी कसा संबंध आहे ते कळेपर्यंत तुला 'मेरी' या नावानी मला हाक मारायची नव्हती.

मला तुला घर सोडायला उत्सुक झालेलं पाहायचं होतं आणि समुद्र पार करून जुळ्या बहिणीला मुकण्याच्या भीतीमध्ये तू राहावंस असंही वाटत होतं, म्हणजे हे नाव तू कधीच विसरली नसती.

छकुल्या, तुला मेरीच्या शोधात पाठवल्याबद्दल मला माफ कर. मला थोडं खोटं बोलावं लागलं. दुर्दैवाने माझ्याजवळ अगदी कमी वेळ राहिला होता आणि त्यामुळे दुसरा मार्ग निवडायला मला जमलं नाही. तू गुलाबांच्या बागेच्या शोधात लवकरात लवकर निघावंस अशी माझी इच्छा होती.

तुझ्या दु:खाला कारणीभूत असणाऱ्या आणि तुझ्या स्वप्नपूर्तीच्या आड येणाऱ्या तुझ्या 'अहम्'चं मला निर्मूलन करायचं होतं.

हे पत्र तुझ्या हातात पडलं आहे याचाच अर्थ 'गुलाबांच्या' मार्गावर तू चांगली सुरुवात केली असणार. तू पाहिलेल्या गुलाबांच्या बागेतलं वैशिष्ट्य तुला जाणवलं असेल.

तसंच जर असेल, जर ती बाग तू पाहिलेल्या इतर बागांपेक्षा खरंच वेगळी असेल, जर इतर गुलाबांपेक्षा सॉक्रेटिस वेगळा वाटत असेल, जर बागेतली तू इतरखेळांपेक्षा वेगळी असशील आणि ह्या फरकामुळे तुझी प्रौढीची भावना जाऊन तुला सर्व जगाला सामावून घ्यावं असं वाटत असेल, तर छकु, मी आणि झेनेप तुला ऑक्टोबरमध्ये इफेससला येण्याचं आमंत्रण देत आहोत, कारण फक्त ऑक्टोबरच्या पावसातूनच तुला खरी मेरी जाणून घेता येईल.

काही सांगता येत नाही. कदाचित भौतिकशास्त्राचे नियम झुगारून पंख असलेल्या घोड्यावर बसून मी इफेससला येईनदेखील! म्हणजे माझ्या मुलीला मला छातीशी धरता येईल. म्हणजे मग मला तुझ्यासोबत ऑक्टोबरच्या पावसात भिजायला मिळेल.

पण सोनू, तू मला तिथे पाहिलं नाहीस, तरी इफेससमधले सर्व आवाज ऐक. तुझ्या लवकरच लक्षात येईल की, इफेससमध्ये फक्त एकच आवाज आहे; दोन नाहीत. मेरीचा आवाज... तुझा आवाज.

जर एखाद्या दिवशी तो आवाज म्हणाला की, वकिलीच्या जागांसाठी केलेले सर्व अर्ज परत घे, समोर एक कोरा कागद घे आणि त्यावर तुझ्या व्यवसायाचं पहिलं पुस्तक लिहायला घे, तर त्यासाठी तुला माझा एकच सल्ला असेल मनू, तुझ्या पुस्तकातली सर्वात जुनी गोष्ट आम्हाला सांग :

तुझ्यापासून सुरू होऊन तुझ्यापर्यंत संपणारा तुझा प्रवास!

हो. ही कहाणी जगून तू ती आधीच लिहिली आहेस. आता तुला ती फक्त कागदावर उतरावायची आहे.

गुलाबांना ऐकण्याबद्दल झेनेप हनीमने तुला दिलेल्या बक्षीसामधल्या मौल्यवान म्हणीचा वापर कदाचित एखाद्या पानावर तुला करावासा वाटेल. सुफी संतांनी दिलेली एक म्हण अशी आहे :

''माझ्यामध्ये एक 'मी' आहे. अगदी माझ्यात खोल रुतलेला!''

मी नेहमीच तुझ्याजवळ असेन.

तुझी आई

भाग ३

४४

सप्टेंबर १९

माझ्या प्रिय आईस,

इतक्या महिन्यांनंतर तुझ्याशी एकरूप व्हायची शक्यता दिसल्यावर मला अवर्णनीय आनंद झाला आहे. बरोबर एकाच महिन्यात मी इफेससला येते आहे. म्हणजे मला माझ्या आईबरोबर ऑक्टोबरच्या पावसात भिजता येईल.

गेले चार महिने मी माझी पहिली कादंबरी लिहिती आहे. मला वाटंतय की, माझी गोष्ट मी वाचून दाखवावी, पण दुर्दैवाने ती अजून पूर्ण झाली नाहीये. तरीसुद्धा तिची थोडी झलक द्यायला आवडेल मला.

आई, एका गुलाबाची ही गोष्ट आहे. इफेससची गुलाब! दैवी सुगंधाने भरलेली एक गुलाब! ह्या सुगंधाला एक आवाजसुद्धा आहे. तो आनंदाचा आवाज आहे. तो स्वप्नांबद्दल बोलतो, देवदूतांबद्दल बोलतो तसंच ह्या जगातच देव भेटण्याबद्दलही बोलतो.

पण गुलाब जसजशी वाढते, तसतसा तिला एक दुसरा आवाज ऐकू यायला लागतो. असा आवाज ज्याला ती चुकून स्वत:चा आवाज समजते. तो आवाज नेहमी 'मी'चंच उच्चारण करतो. तो खूप मोठा आहे; इतका मोठा की, गुलाबाला तिचा स्वत:चा आवाज ऐकू येईनासा होतो.

आपला आवाज परत ऐकण्यासाठी गुलाबाला आपल्या सुगंधाची काळजी घ्यायला लागते. पण ती अशा ठिकाणी पोहोचते, जिथे तिच्या सुगंधावर प्रेम करणारे लोक नसतात. त्यांना फक्त तिचा रंग, रूप, आकार, पाकळ्या ह्यांच्याशीच मतलब असतो.

मग त्यांचं प्रेम संपादन करण्यासाठी ती त्यांना हव्या असलेल्या गोष्टींवर जास्त लक्ष देते. लोक म्हणतात 'उंच हो' तर ती उंच होते. लोक म्हणतात, 'तुझ्या

पाकळ्या चमकल्या पाहिजेत' तर ती गुपचूप पटकन तसं करते आणि त्यामुळे तिचा सुगंध कमी व्हायला लागतो.

त्यांना हवं तसं रूप झाल्यावर लोक तिची स्तुती करतात. जणू मग देवता असल्यासारखी तीही स्वत:ला वेगळं समजायला लागते. तिला हे समजत नाही की, स्वत:ला खास बनवायला, फक्त गुलाबाचं आत्मस्वरूप आठवायला हवं; दुसरं मोठं काही करायला नको.

जाणाऱ्या प्रत्येक दिवसागणिक ती जास्त दु:खी होत जाते. तिच्या आयुष्यात फक्त एकच आनंद उरतो – तिची आई. आईची सर्वात जास्त गरज वाटायला लागल्यावर ती आईला शोधायला लागते, पण तेव्हाच ती आईला मुकते किंवा तिला तसं वाटतं.

आई, खरं म्हणजे ही गोष्ट गुलाबाची नाहीये. ती त्या आईची गोष्ट आहे. कोमेजल्यानंतरही गुलाब सुगंध देत राहतात. ते कधीच मरत नाहीत हे सिद्ध करून दाखवणाऱ्या एका आईची ही गोष्ट आहे. गुलाबाला आपला सर्व भूतकाळ आठवावा; यासाठी ती त्या गुलाबाची कुंडी धरून गदागदा हलवायला लागली. त्या आईची ही गोष्ट आहे.

हे शक्य होईल का? ती गुलाबकळी जे विसरली आहे ते तिला आठवेल का? का ती शिकवलेलं सर्व विसरेल? तो सुगंध तिला परत मिळवता येईल का? आणि सर्वात महत्त्वाचं म्हणजे तिला आपला स्वत:चा आवाज ऐकू येऊ शकेल का? मला तर खूप आशा वाटते.

आई, माझ्या कादंबरीची हीच कथा आहे. ती मी नीट सांगू शकले की नाही, माहीत नाही. मला वाटतं की, ही एक जगून अनुभव घेण्याची गोष्ट आहे. मी झेनेप हनीमला साधी ऑलिव्हची चव सांगू शकले नाही, तर गुलाबांच्या बागेची जादू मी कशी वर्णन करू?

मला विशेष जमलं नाही, तरी ठीक आहे. मी ती नीट सांगू शकले नाही, तरी हरकत नाही. जरी दुसऱ्यांना माझी गोष्ट आवडली नाही, तरी मला ती अर्थपूर्ण वाटते. कारण ती गोष्ट तुझ्याबद्दलची आहे. मी ती सांगितली म्हणून मला छान वाटतंय. खरं म्हणजे मी नाहीच सांगितली. तूच मला सांगितलीस. तू मला दुसरी गोष्ट सांगू शकत नाहीस, असं जेव्हा मला वाटायला लागलं तेव्हा ती तू मला सांगितलीस.

थँक यू आई!

तुझा सुगंध मला हवेत जाणवतोय. प्रत्येक श्वासागणिक त्याचा सुवास वेगळा वाटतोय.

डायना

४५

मी आता माझी कादंबरी संपवणार होते. तेवढ्यात चार-पाच निळ्या रंगाच्या फुग्यांचे झुपके उडताना मला खिडकीतून दिसले. ते कुठून येत असतील?

काय चाललंय ते पाहण्यासाठी मी खिडकी उघडली. पार्कमध्ये कापडावर लिहिलेल्या जाहिरातीतले शब्द मी कष्टाने वाचू शकले :

'कॅलिफोर्नियाचे बदलते समुद्र'
कलात्मक पथप्रदर्शन
सप्टेंबर २४ ते २७

हे प्रकरण माझ्या कादंबरीत घालून प्रदर्शनाच्या उद्‍घाटनासाठी मला निघाचंय. पण ते मोठे फुगे गेले कुठे?

४६

मी जेव्हा प्रदर्शनात येते, तेव्हा तिथे मला वीस चित्रं शेजारीशेजारी मांडलेली दिसतात. माझे डोळे मथिअसला शोधतात, पण मला तो दिसत नाही. तो इथे असताना काढत होता ते चित्र शोधण्यासाठी मी सर्व चित्रं नजरेखालून घालते. तेवढ्यात मला तो ज्योतिषी माझ्याकडे पाहून हात हलवताना दिसतो.

‘‘तुझं नशीब जोरात आहे छोटी माई! इकडे पाहा कोण आहे ते!’’

मी हसते, ‘‘अरे, तो इथे काय करतोय?’’

तो म्हणतो, ‘‘जगा नि सर्व पाहा’’

‘‘हो ना! जगा नि सर्व पाहा’’ मी म्हणते, ‘‘ओह, काल मी जॉन्सन मावशीला भेटले. तिने तुला ‘हाय’ सांगितलं आहे. तिने दिलेली भेटवस्तू तू का नाकारलीस याचं तिला अजून आश्चर्य वाटतंय.’’

‘‘मी तिची भेट का म्हणून घेऊ? मला स्वाभिमान आहे आणि मला माझा व्यवसाय प्रिय आहे. मी जर तुम्हाला भविष्य सांगितलं नसेल, तर त्याच्या बदल्यात मी भेटवस्तू किंवा पैसे घेत नाही!’’

‘‘बरं, कदाचित तू खरं म्हणजे माझं भविष्य सांगितलंच नाहीस; पण मला ती सर्व पत्रं मात्र वाचायला लावलीस. मिस जॉन्सनला आणि माझ्या आईला मदत करण्याबद्दल एक छोटीशी भेटवस्तू तू घेऊ शकला असतास; तुझ्या चांगुलपणाबद्दल एक आठवण म्हणून!’’

‘‘चांगुलपणाबद्दल भेट हं! हे धंदा केल्यासारखं वाटतंय छोटी माई. चांगुलपणा म्हणजे....’’

तो थांबून दुसऱ्या भिकाऱ्यांच्या दिशेने बोट दाखवतो.

"तुला ते तिकडे बसलेले भिकारी दिसले? ते मोठे भाग्यवान भिकारी होते. सकाळपासून संध्याकाळपर्यंत त्यांची पोटं भरलेली असत. ते काय खातात ते डोळे उघडून बघितलंस का कधी? चांदीच्या ताटात आम्ही सर्व जेवत होतो. रोज सकाळी काही मुलं आमच्यासाठी चविष्ट जेवण आणत आणि निघून जात. जेवण यायचं थांबेपर्यंत आम्ही फुकट खात होतो. आम्हाला आश्चर्य वाटायचं की, आम्हाला जेवण कोण पुरवतं? पण ती पोरं अजिबात खबर लागू देत नसत. इतरांना अजून कळलेलं नाही की, रोज जेवण पाठवणारे ते सद्‌गृहस्थ कोण आहेत! जेवण यायचं सहा महिन्यांपूर्वी थांबलं. त्याचं कारण मला माहीत आहे. आता छोटी माई, तू मला सांग की, हे मस्त जेवण कोण पाठवत होतं?

"मला माहीत नाही. एखादी धमार्थ संस्था असेल."

तो हसतो, "हे बघ छोटी माई, तुझी चांगली कृत्यं तुझ्या मुलीलादेखील माहीत नसतात, हा खरा चांगुलपणा!"

मला काय म्हणावं ते कळत नाही, पण परत एकदा माझ्या आईची मुलगी असल्याचा मला अभिमान वाटतो.

"मला माफ कर. परत गेल्याबरोबर हॉटेलच्या पाकखान्यात तसं सांगते. इकडे जेवण येईल अशी मी व्यवस्था करते, आणि...."

"जरूर नाही" तो म्हणतो, "त्या गोड जॉन्सन बाईची भेटवस्तू मी का स्वीकारली नाही, तेवढंच मला सांगायचं होतं. आता तू या गोष्टीची काळजी करू नकोस. तू जाऊन आता ती चित्रं पाहा."

"धन्यवाद!" मी म्हणते.

त्याला सोडून माझ्यापुढे उभ्या असलेल्या घोळक्याच्या मागे मी उभी राहते. मॅथिअसने काढलेली चित्रं ते पाहत असतात. जेव्हा मी ती चित्रं नीट न्याहाळते तेव्हा माझ्या लक्षात येतं की, मॅथिअस माझ्यासाठी परत आलेला नाही. तो म्हणाला होता की, जिथे तो सर्वात सुंदर चित्र काढेल त्या जागी प्रदर्शन भरवेल आणि खरोखर हे चित्र सर्वात उत्तम असतं. समुद्राच्या लाटांची गती अधिकच वाढलेली असते आणि अजून वरच्या कोपऱ्यात एकच समुद्रपक्षी असतो. ह्या पक्षाला एकटं उडण्याचा कंटाळा आला नसतो का अजून?

अचानक मला मॅथिअस दिसतो. तो एका घोळक्यात मध्यभागी माझ्याकडे पाठ करून उभा असतो. हातात किमतीची यादी घेऊन एक माणूस त्याच्याजवळ उभा असतो. जवळ आल्यावर त्या माणसाचं बोलणं मी ऐकते. "आम्हाला हे चित्र सर्वात जास्त आवडलं, विशेषतः माझ्या बायकोला. किंमत थोडी कमी कराल तर...."

“हे पाहा, हे माझंही फार आवडतं चित्र आहे” मॅथिअस म्हणतो, “मला किंमत कमी करून द्यायला फार आवडेल आणि....”

मी अगदी जवळच उभी असलेली पाहून तो एकदम थांबतो. तो माझ्याकडे टक लावून पाहतो, पण एक शब्दही बोलत नाही; नुसतं हॅलोदेखील करत नाही. त्याचे डोळे माझ्या चेहऱ्यावर स्थिरावलेले असतात. जणूकाही जगातली सर्वात चमत्कारिक गोष्ट त्याला दिसली असावी.

पंचवीस-तीस सेकंदानंतर तो गिऱ्हाइकाकडे परत वळतो आणि म्हणतो, “पण दुर्दैवाने ते अजूनपर्यंत पूर्ण झालेलं नाही आणि असं चित्र मी विकू शकत नाही.”

“ते जर पुरं झालेलं नाही, तर ते या किमतीच्या यादीत का दिलं आहे?”

“मला माफ करा. हे माझ्या आत्ताच लक्षात आलं” तो समुद्राकडे बोट दाखवून म्हणतो, “त्याच जागेकडे पाहत मी अगदी अशाच वेळी समुद्राचं चित्र काढलं. पाहा, तुम्हाला वाटत नाही की, तिथल्या पाण्यावर आता जास्त प्रकाश पडला आहे? तिथे किती उजेड आहे, हे माझ्या लक्षातच आलं नव्हतं.”

त्या गिऱ्हाइकाची क्षमा मागताना मॅथिअसचे डोळे अधूनमधून माझ्याकडे वळत राहतात. त्याचा त्या माणसाला राग येतो. बायकोच्या कानात काहीतरी कुरकुर करून तिचा हात धरून तो निघून जातो.

मॅथिअस माझ्याकडे वळतो, “काय म्हणावं तेच कळत नाहीये मला डायना. मला खरोखर....”

“काहीच बोलू नकोस.”

“तू अगदी छान दिसतेस, तेव्हा तू कशी आहेस ते मी विचारायला नको, पण तेव्हापासून काय काय घडलं ते विचारल्याशिवाय....”

“खूप लांब कहाणी आहे ती” मी म्हणते, “खरं म्हणजे एखादा त्यावर कादंबरीसुद्धा लिहील.”

“मला ती ऐकायला खूप आवडेल.”

४७

थोडंसं चालून लवकरच आम्ही घरी पोहोचतो. अजूनही त्याला त्याच्या कुठच्याच प्रश्नांची उत्तरं मिळालेली नसतात.

“जिथे आवडेल तिथे बस, पण मी काम संपवेपर्यंत तू उठणार नाहीस. मला थोडा वेळ लिहायचंपण आहे.”

“बरं.” असं म्हणून अर्धवट झालेलं चित्र मांडीवर ठेवून तो खिडकीजवळच्या खुर्चीवर बसतो.

माझ्या कादंबरीची पहिली काही पानं छापण्यासाठी मी प्रिंटरचं बटण दाबते. मी माझी कादंबरी पुढे टाईप करत असताना तो आपलं चित्र पुरं करायला लागतो.

आम्ही पार्कमधून घरी परततो इथपर्यंतच लिखाण मी संपवते. तोपर्यंत मॅथिअसदेखील ब्रश खाली ठेवून माझ्याकडे पाहू लागतो. त्याच्या तोंडावर हसऱ्या मुलाचे भाव असतात. मला कळत नाही की, इफेससला येण्याविषयी त्याला सांगावं की नाही.

पण मी ते कसं सांगणार? विशेषतः इफेससमध्ये आम्ही काय करणार हे मलाच माहीत नसताना कसं बोलायचं? झेनेप हनीम तर माझ्या आईसारखी आणि जॉन्सन मावशीसारखीच गुपितं न फोडण्यात कडक आहे. मेरीला जास्त जाणून घेण्यासाठी मी तिथे जाणार असते, एवढंच मला नक्की माहीत असतं. आता हे मी मॅथिअसला कसं समजावून सांगणार?

या जगाच्या दुसऱ्या टोकाला असलेल्या एका छोट्याशा खेडेगावाबद्दल मला आकर्षण वाटतं. कारण मोठ्या ज्ञानकोशात सापडणार नाही असं ज्ञान मला तिथे मिळालं. पण मॅथिअसला त्याचं काय? इफेससमध्ये मॅथिअससाठी काय असणार? एका प्राचीन गावाचे अवशेष, आर्टेमिसचं देऊळ, मदर मेरीचं घर ह्या एवढ्या गोष्टीसाठी त्याला येण्यासाठी तयार करता आलं असतं का?

अर्थात मीसुद्धा तिथे असेनच.

“परत तुझा ‘अहं’चा फुगा फुगायला बघतो गं!” माझे विचार थांबवत मेरी म्हणाली. असं हल्ली बऱ्याच वेळा घडतं. जेव्हा म्हणून माझ्यातली आर्टेमिस डोकं वर काढायला लागते तेव्हा लगेच मिरियम तिला खाली दाबते. तिला विरोध करताना मी मिरियमला चक्क पाहते. कधीकधी डायनाचा आवाज मोठा असतो, कधी मेरीचा! त्या दोघींचा एक गुलाब बनायला अजून बराच वेळ लागेल असं वाटतंय; पण एका गोष्टीमुळे मी खूश आहे. मला निदान त्यांच्या आपसातला फरक तरी कळायला लागलाय.

मग मॅथिअस खरोखर इफेससला येणार का?

आणि जर तो आला, तर कदाचित ऑक्टोबरमधल्या एका संध्याकाळी बुलबुल पर्वतासमोरच्या मेलेक्सच्या झऱ्याजवळ आम्ही एकमेकांशेजारी बसून सूर्यास्त पाहत असू!

जवळजवळ २००० वर्षांपूर्वी इफेससमध्ये घडलेल्या गोष्टीबद्दल मी जे वाचलं आहे त्यातून किंवा प्राचीन इफेसमधून उठणारा आवाज मी स्वत: ऐकल्यावर ते सर्व मी मॅथिअसला सांगत असेन.

असंही होऊ शकतं की, मी त्याला तिथल्या माणसांच्या परिस्थितीबद्दल सांगेन. “आपण सर्व जण इफेससससारखे आहोत” असं मी त्याला म्हणेन आणि “आर्टेमिस आणि मदर मेरी या दोघांचं ते घर आहे.” असंही सांगेन.

आणि त्याला आणखी गोंधळात टाकण्यासाठी आर्टेमिसच्या जुळ्या भावाबद्दल, अपोलोबद्दलही सांगेन. मग मी त्याच्याकडे रागावून पाहत म्हणेन, “अपोलो, काळजी करू नकोस. तूही तुझ्या हरवलेल्या जुळ्या भावाचा शोध घे.”

जर एखाद्या ऑक्टोबरच्या संध्याकाळी मला वाटतंय तसं खरंच घडलं, तर मलाही या शब्दांचं सत्य पाहता येईल :

‘स्वप्न हे सत्याचं विरजण असतं.’

४८

मी जेव्हा शेवटचं प्रकरण लिहायला घेते, तेव्हाच मॅथिअसला माझ्यापुढे ते चित्र धरून उभं असलेलं मी पाहते.

सीगलच्या दोन पंखांमध्ये कुंचल्याच्या छोट्याशा फटकाऱ्यांनी तिसरा एक पंख काढून ते चित्र संपवलेलं असतं आणि त्यात त्या एकट्या पक्षाच्या मागे लपलेला दुसरा पक्षी दृष्टीस पडतो.

मी लिहिणं चालू ठेवते, पण माझी दृष्टी त्या चित्रावरून बाजूला काढू शकत नाही. फक्त आणखी थोडीच वाक्यं राहिलेली असतात. मग मी माझ्या कादंबरीचं पहिलं पान छापून मॅथिअससमोर धरते.

पहिल्या प्रकरणातल्या त्या दोन वाइनच्या बाटल्या आठवून क्षणभर मी त्याच्या डोळ्यात बघते. मी सुरुवात आणि शेवट यांचा विचार करते. मॅथिअसच्या छोट्या गोष्टीतल्या दोन लाटा – आर्टेमिस आणि मिरियम. चित्रातले दोन पक्षी – मेरी आणि मी, सर्वात महत्त्वाचं म्हणजे आई आणि मी यांचा मी विचार करते.

या सर्व गोष्टींबद्दल मला माझं मन अशीच गोष्ट सांगतं. म्हणजे माझं मन काय म्हणतंय ते मॅथिअसला कळलं असतं. माझ्या कादंबरीतले पहिले दोन शब्द मी त्याला वाचून दाखवते.

''द्वैत नव्हे अद्वैत आहे.''

उपसंहार

इफेसस! द्वैतवादाचं शहर. आर्टेमिसचं देऊळ आणि मदर मेरीची झोपडी या दोघांचं स्थान. अहम् आणि आत्मा या दोघांचा संभाळ करणारी नगरी. गर्व आणि नम्रता यांचं स्मारक. गुलामीची शिकस्त आणि स्वातंत्र्य म्हणजे इफेसस! द्वैत जिथे एकमेकांत विणलं जातं, ते शहर. प्रत्येक जीवित आत्म्यासारखं माणूसपण असलेलं शहर!

एका ऑक्टोबरच्या संध्याकाळी त्या प्राचीन इफेसस शहराच्या शेजारच्या मेलेस झऱ्याजवळ ते बसले होते. सूर्य स्वत:ला बुलबुल पर्वतामागे लपवायला निघाला होता. त्यामुळे त्याची किरणं जांभळी झाली होती. ज्यांना आकाशाची भाषा कळत होती त्यांना येणाऱ्या पावसाच्या चाहुलीमुळे आनंद वाटत होता.

"मदर मेरीबद्दल सेंट पॉल लोकांना प्रवचन देत आहे" असं डायना म्हणाली, "ती लोकांच्या गर्दीची ओरड ऐकलीस! संतापून ते त्याला कसे शिव्या देत आहेत? स्वत:च्या देवाची पूजा करू न देण्याऱ्या धर्माविरुद्ध हजारो लोक आंदोलन करतायत. ते कसे पाय आपटून ओरडताहेत ते बघ! आम्हाला मेरी नकोय आम्ही आर्टेमिसची पूजा करतो!"

"आर्टेमिस?" मॅथिअसने विचारलं, "देवता... रोमन... डायना?"

"तिचा विचार सोड." डायना म्हणाली, "ती केवळ एक आभास आहे, इतरांनी कल्पिलेला आणि पुजलेला!"

"तुला तिच्याबद्दल बरीच माहिती दिसतीये."

"मला स्वत:इतकीच तिची माहिती आहे."

"मग तिच्याबद्दल मला काही सांगणार नाहीस का?"

"ती शिकारीची देवता आहे" डायनाने सुरुवात केली, "एक खरी शिकारी.

ती शत्रूला एकदम ठार करण्यासाठी तिचे बाण वापरते. खुल्या स्वभावाची, पण स्वतः गुलाम असलेली. दुसऱ्यांवर अवलंबून, पण तरीसुद्धा गर्विष्ठ! एका ऑलिव्ह वृक्षावर तिने बहिष्कार टाकलेला, तिच्या आईने, म्हणजे 'लेटो'ने तिला जन्म दिला, आणि....

एक दीर्घ श्वास घेऊन डायना म्हणाली, ''आणि तिचा जुळा.''

मॅथिअसच्या हाताला स्पर्श करून ती म्हणाली, ''तिच्या जुळ्या भावाबद्दल, अपोलोबद्दल मी नंतर सांगेन. मी त्याच्या देवळाबद्दल सांगेन आणि त्याच्या विशेष शब्दांबद्दलही. 'नोती सीव्हन' हे शब्द त्याच्या देवळाबाहेर कोरलेले आहेत. मी तुला प्रसिद्ध तत्त्वज्ञानी सॉक्रेटिसबद्दलही सांगेन. तो एके दिवशी अपोलोच्या देवळासमोरून जात असताना त्या दोन शब्दांवरून त्याची नजर त्याला हटवता येईना. 'नोती सीव्हन' म्हणजे या जगाची उत्पत्ती का केली गेली आणि आपलं अस्तित्व कशासाठी आहे, ह्याचं मर्म सांगणारे दोन शब्द.

''पण प्रथम आर्टेमिस गुलाबाच्या जुळ्या बहिणीबद्दल तुला सांगायला मला आवडेल. अशी जुळी बहीण की, तिच्याबद्दल आर्टेमिसला किंवा होमरलादेखील माहिती नव्हती.

''एका कथेनुसार'' डायना पुढे म्हणाली, ''एके दिवशी आर्टेमिसला तिच्या आईकडून कळतं की, अगदी निराळी अशी एक जुळी बहीण तिला आहे. तिला शोधायला ती घर सोडते, समुद्र ओलांडून जाते आणि गुलाबांच्या बागेत शिरते. तिथे तिला एक गोड मरण स्वीकारण्यासाठी विचारलं जातं. तिला असं सांगितलं जातं की, जुळ्या बहिणीला शोधण्यासाठी तिला प्रथम गुलाबांचे आवाज ऐकता आले पाहिजेत. मग काही वेळ बागेत घालवल्यावर आर्टेमिस घरी परतते आणि तिला जुळ्या बहिणीला शोधायची एक किल्ली सापडते. त्यामुळे तिला खूप आनंद होतो, पण तो फार काळ टिकत नाही. 'गुलाबांचं बोलणं ऐकणं ही एक कल्पना होती की काय?' असं ती स्वतःला विचारते; पण माळ्याने तिला पहिल्या दिवशी जे सांगितले असतं, ते आठवल्यावर तिला जरा बरं वाटतं –'' ''तुझ्या हृदयात उमटलेला ठसा आत्ता तुला जाणवणार नाही, पण योग्य वेळी तो जागृत होईल.''

क्षितिजावरच्या पावसाळी ढगांकडे पाहत एकदम ती म्हणाली, ''जॉन, कदाचित ती वेळ हीच असेल. पाहा, ऑक्टोबरचा पाऊस यायची वेळ आली आहे!''